பத்துப்பாட்டில் சமூகப் பொருளாதார ஆய்வு

முனைவர் சி.பு. இந்துஜா

சங்கர் பதிப்பகம்

15 / 21, டீச்சர்ஸ் கில்டு காலனி, 2-வது தெரு,
இராஜாஜி நகர் விரிவு,
வில்லிவாக்கம், சென்னை - 600 049.
தொலைபேசி: 044-26502086, 9444191256
email: shankar_pathippagam@yahoo.com
wef: www shankarpathippagam.in & www bookthagam.com

நூல் விவரப் பட்டியல்

நூலின் பெயர்

பத்துப்பாட்டில் சமூகப் பொருளாதார ஆய்வு

உரிமை
ஆசிரியர்க்கு

நூலாசிரியர்

சி.பு. இந்துஜா

நூல் அளவு
டெம்மி

பதிப்பு ஆண்டு- 2022

பக்கங்கள்
230

விலை
ரூ230/-

ISBN NO: 978-81-948620-2-4

வெளியீடு
சங்கர் பதிப்பகம்
15/21, டீச்சர்ஸ் கில்டு காலனி,
2-வது தெரு, இராஜாஜி நகர் விரிவு,
வில்லிவாக்கம், சென்னை - 600 049.
தொலைபேசி: 044 - 2650 2086

வடிவமைப்பு & மேலட்டை
ராஜேஸ்வரி
தொலைபேசி : 8667041889

அச்சிட்டோர்
எம்.கே.கிராபிக்ஸ், சென்னை - 600 021.
தொலைபேசி : 98408 28213

என்னுரை

பத்துப்பாட்டு சமூக வாழ்க்கையையும் பொருளாதார நிலைகளையும் எடுத்துரைக்கின்றது. மனிதன் சிறிது சிறிதாக வாழ்க்கையில் முன்னேறினான் என்பதை சங்க இலக்கியங்கள் உணர்த்துகின்றன. அக்காலத்தில் புலவர்களுக்கும், அரசர்களுக்கும் நெருங்கியத் தொடர்பு இருந்த போதிலும் புலவர்கள் வரலாற்றுச் செய்தியை மட்டும் கூறிவிட்டுச் செல்லவில்லை. பழங்கால மக்களின் சமூக வாழ்க்கையின் உண்மைச் சம்பவங்களைச் சுவை குன்றாமல் கூறியுள்ளதையும் அறிய முடிகிறது.

குறிஞ்சியும், முல்லையும் ஆரம்ப கால வாழ்க்கைக்கு உற்ற துணையாக இருந்தாலும் மருதநிலமே உழவர்குடி மக்களின் வாழ்வியல் முன்னேற்றத்திற்கும் அரசுடைமைக்கும் இன்றியமையாததாக இருந்தது. மருதநில வாழ்க்கையே தொழில் வளர்ச்சிக்கும், பொருளாதார மேம்பாட்டிற்கும் வாய்க்காலாக அமைந்திருந்தது எனலாம்.

சங்க இலக்கியங்கள் மக்களின் வாழ்க்கை முறைகளையும் பண்பாட்டினையும் அறிய ஏதுவாக அமைகின்றன. காலையில் எழுதல், நீராடல், கோயிலுக்குச் செல்லுதல் பின்னர் தங்களின் தொழிலை மேற்கொள்ளுதல் போன்றவை பண்பாட்டின் சமூக கூறுகள் ஆகும். அக்கால மக்கள் உயர்ந்த அலங்காரப் பொருட்களான ஆடை, ஆபரணங்கள்

போன்றவற்றையும் விரும்பி அணிந்தனர். ஏழைகள் தங்கள் தகுதிக்கு ஏற்றவாறு ஒப்பனை செய்து கொண்டு வாழ்ந்தனர். தமிழர் சுவைமிக்க உணவைச் சமைத்து உண்டனர். விருந்தோம்பலிலும் சிறந்து விளங்கினர்.

பழங்காலத்தில் ஒருவனும் ஒருத்தியும் (தலைவன், தலைவி) காதல் கொண்டு மணந்து வாழும் வாழ்க்கை இல்வாழ்க்கை எனப் போற்றப்பட்டது. இல்லறத்தின் நுழைவாயிலாக அமைவதே திருமணம் ஆகும். அம் மக்கள் கல்வி அறிவிலும் இறைவழிபாட்டிலும் சிறந்து விளங்கினர் என்பதை அறிய முடிகிறது.

தொன்மையான காலத்திலிருந்தே தமிழ் மக்கள் விவசாயத்தையும், கப்பற் கலையையும் அறிந்திருந்தனர். தமிழர்கள் பொருளாதார வளர்ச்சியில் சீரும் சிறப்புமாக இருப்பதற்கு முக்கியக் காரணம் விவசாயமும், உள்நாட்டு, வெளிநாட்டு வாணிபத்திற்கு வித்திட்ட கடல் போக்குவரத்துமே ஆகும்.

நம்பிக்கைகள் பற்றிய செய்திகள் பத்துப்பாட்டில் சில இடங்களில் குறிப்பிடப்பட்டுள்ளது. நன்னிமித்தம், தீநிமித்தம் என நம்பிக்கைகளை இரண்டாகப் பகுப்பர். நன்னிமித்தம் என்பது நன்மையை உணர்த்துவன. தீநிமித்தம் என்பது தீயவற்றை உணர்த்துவது ஆகும்.

விளையாட்டு என்பது சங்க காலத்தில் மகிழ்ச்சியாக இருக்கும் பொழுது ஆடும் ஆட்டமாகவே கருதப்பட்டது. விளயாட்டு, பொழுது போக்கிற்கானது ஆகும். பழந்தமிழரின் வீரவிளையாட்டுகளில் ஒன்றாக ஏறு தழுவுதல் பற்றியும் அறிய முடிகிறது.

பத்துப்பாட்டில் உள்ள சமூக வாழ்க்கையையும், பொருளாதார வளர்ச்சியையும் பற்றி இந்நூலில் கூறப்பட்டுள்ளது. நம் மூதாதையர் விட்டுச் சென்றதைப் பின் தொடர்ந்தே இன்றைய தமிழர் வெற்றிப் பாதையில்

செல்கின்றனர். தமிழ் இனமக்களின் கடந்தகால வாழ்க்கையை அறிய உதவும் பல்வேறு செய்திகள் இந்நூலில் எடுத்துரைக்கப்பட்டுள்ளன.

என் வாழ்க்கைக்கு மைல் கல்லாக திகழும் என்னுடைய தந்தை திரு. N. சிறுமணி (Rtd ஆசிரியர்) அவர்களுக்கும், என் அன்பு அன்னை திருமதி A. புஷ்பலெட்சுமி (Rtd Office Assistant PWD) அவர்களுக்கும் என் நன்றியைத் தெரிவித்துக் கொள்கிறேன். நான் முனைவர் பட்ட ஆய்வு செய்யும் கால கட்டங்களில் என் குழந்தைகளைக் கவனித்துக் கொண்டும், என் படிப்பிற்குப் பக்கபலமாகவும் திகழ்ந்த என் அன்னைக்கு மிகுந்த நன்றியைத் தெரிவித்துக் கொள்கிறேன்.

திருமணத்திற்குப் பிறகு என்னைப் படிக்க வைத்து என் கல்வி படிப்பிற்குத் தேவையான அனைத்து உதவிகளையும், செய்து அதிக வேலைப் பளு தராமல் கவனித்த என்னுடைய கணவர் Dr. R. சுரேஷ் அவர்களுக்கும் என் மனமார்ந்த நன்றியைத் தெரிவித்துக் கொள்கிறேன்.

என்னுடைய படிப்பிற்கு மற்றுமொரு சிறந்த வழிகாட்டி என்னுடைய மாமனார் முனைவர் C. இராஜரெத்தினம் அவர்களுக்கும் என் நெஞ்சம் நிறைந்த நன்றியைக் கூறிக்கொள்கிறேன்.

ஒரு ஆய்வாளருக்கு நல்ல வழிகாட்டி கிடைப்பது குருகுல வாசத்தில் நல்ல குரு கிடைப்பதற்குச் சமமாகும். என்னுடைய ஆய்வின் அனைத்து நிலைகளிலும் ஆலோசனை வழங்கி அணிந்துரை நல்கிய என் நெறியாளர் முனைவர் த. நீலகண்டபிள்ளை அவர்களுக்கும் என்னுடைய மனப்பூர்வமான நன்றியைத் தெரிவித்துக் கொள்கிறேன்.

எனக்கு சிறப்புரை வழங்கிய சிந்திக் கல்லூரி முதல்வர் முனைவர் V. ஹேமலதா அம்மையார் அவர்களுக்கும், இந்நூலிற்கு வாழ்த்துரை வழங்கிய சிந்திக் கல்லூரி தமிழ்துறைத்

தலைவர் முனைவர் த. பிரகலாதன்அவர்களுக்கும் என் மனமார்ந்த நன்றியைத் தெரிவித்துக் கொள்கிறேன்.

இந்நூலினைத் திருத்தம் செய்து செவ்வனே செயலாற்றிய முனைவர் வெ. டில்லிபாபு அவர்களுக்கும் என் மனமார்ந்த நன்றியைத் தெரிவித்துக் கொள்கிறேன்.

இந்நூலினை நல்லமுறையில் வடிவமைத்துக் கொடுத்த சங்கர் பதிப்பகத்தாருக்கும் என் நன்றியைத் தெரிவித்துக் கொள்கிறேன்.

நன்றி!

முனைவர் சி.பு. இந்துஜா

முனைவர் சி.பு. இந்துஜா,
உதவிப் பேராசிரியர்,
தமிழ்த்துறை,
சிந்திக்கல்லூரி,
சென்னை–77.

வாழ்த்துரை

முனைவர் தா. நீலகண்டபிள்ளை,
மேனாள் தமிழ் உயராய்வு மையத் தலைவர்,
தெ.தி. இந்துக் கல்லூரி,
நாகர்கோவில் *629 002.*

முனைவர் சி.பு. இந்துஜா அவர்களின் பத்துப்பாட்டில் மகிழ்ந்தேன். நூல் ஆழ்ந்தகன்ற ஆய்வாக, அரும்பெரும் முயற்சியோடு அமைந்துள்ளது. நூல் பத்துப்பாட்டு நூற்களில் எடுத்தியம்புவனவாக அமைந்துள்ளது.

நூல் ஏழு பிரிவுகளை உள்ளடக்கியுள்ளது. முதற்பகுதி பத்துப்பாட்டு நூல்களை அறிமுகம் செய்கிறது. இரண்டாவது பகுதி தொல்காப்பிய அடிப்படையில் ஐவகை நிலவளங்கள் பத்துப்பாட்டு நூற்களில் இடம்பெறுவதை விளக்குகின்றது. மூன்றாம் பகுதியில் ஐவகை நிலங்களில் வாழுகின்ற மக்களின் விவசாயம், வாணிகம், பண்டமாற்று முறை, விருந்தோம்பல் பற்றிய வாழ்வியல் முறைகள் விவரிக்கப்பட்டுள்ளன. நான்காம் பகுதியில் பண்டைத் தமிழர் வாழ்வியலில் நடத்திய பல்வேறு விழாக்களும் அதற்கான காரணம், விழாக்களை நடத்தும் முறைகள் பற்றித் தெரிவிக்கின்றது. ஐந்தாம் பகுதியில் மக்கள் நடாத்திய தொழில்களும் அதனைத் தொடர்ந்து வாணிபம் பொருளாதார நிலையும்

பேசப்படுகின்றது. நிறைவுப் பகுதியில் மக்கள் நம்பிக்கை, விளையாட்டுக்கள் பற்றி விளக்கப்பட்டுள்ளன.

இத்தகைய சிறந்த விளக்கங்களை உள்ளடக்கிய இந்நூல் ஆசிரியரின் ஆழ்ந்த கல்வித்தரத்தைப் புலப்படுத்துகின்றது. தேடலுக்கு உரிய சான்றாக விளங்குகின்றது. நூலின் தலைசிறந்த நோக்கம் அக்கால மக்களின் உயர்ந்த உள்ளத்தை நூல்வழிக் காட்டுதலே ஆகும். சென்னை சிந்திக் கல்லூரியின் தமிழ் உதவிப் பேராசிரியர் முனைவர் சி.பு. இந்துஜாவின் முயற்சி போற்றுதலுக்குரியது. பாராட்டிற்குரியது.

இந்நூல் தமிழ் உலகிற்கு கிடைத்த நற்பேறு. அனைவரும் இந்நூலைப் படித்துப் பயன்பெற வேண்டும். நூலாசிரியர் இன்னும் பல சிந்தனைத் திறமுடைய பல நூற்களைப் படைத்து தமிழ் உலகிற்குக் வழங்கிட வேண்டும். அவருக்கு எனது வாழ்த்துதலைத் தெரிவித்துக் கொள்கிறேன்.

நாகர்கோவில்
18.10.2021

முனைவர் தா.நீலகண்ட பிள்ளை

முனைவர் தா நீலகண்டபிள்ளை

முனைவர். த பிரகலாதன்
தமிழ்த் துறைத் தலைவர்
சிந்திக் கல்லூரி,
சென்னை- 600077

அணிந்துரை

பண்டைத் தமிழரின் அன்றாட வாழ்க்கை இலக்கியத்தின் வழி ஆராயப்பட்டு புதிய செய்திகள் வெளிக்கொணரப்பட்டு வருகின்றன. தமிழக மக்களின் அன்றாட வாழ்க்கை எளிமை மற்றும் மேன்மை கொண்டு விளங்கின. வேளாண்மையை அடிப்படையாகக் கொண்டிருந்த கிராம வாழ்க்கை இன்று மாறி வந்துள்ளது. அறிவியல் வளர்ச்சியின் விளைவால் தொழில்நுட்ப வசதிகளால் பண்டைய நாளின் தொழில்முறைக்கும் அன்றாட வாழ்விற்கும் இடையில் வேறுபாடுகள் அதிகமாகிவிட்டன. செம்மொழி நூல்களான பத்துப்பாட்டு மூலம் மக்களின் வாழ்வியல் முறைகள், அவர்கள் கொண்டாடும் விழாக்கள், தொழில், வாணிபம், பொருளாதாரம், நம்பிக்கைகள், விளையாட்டுகள் நுட்பமாக ஆராய்ந்து இந்நூலில் வெளிக்கொணரப்பட்டுள்ளன.

ஐந்திணை நிலங்களின் வளங்கள், மக்களின் பொழுதுபோக்குகள், குடியிருப்புகள், ஊர்கள், தொழில்கள்

குறித்து நூலாசிரியரால் விளக்கப்பட்டுள்ளன. சங்ககாலத்தில் அழகுக்கலையில் தமிழர்கள் அதிக ஆர்வம் உடையவர்களாய் இருந்துள்ளனர். சுண்ணப் பொடிகள் இடித்து உடம்பில் பூச நறுமணம் கமழ்வதை அறிந்து பயன்படுத்தியுள்ளனர். மேலும் செல்வப் பெண்டிர்கள் அகில், சந்தனம், ஏலம், வெண்ணைய், மஞ்சள் உள்ளிட்ட முப்பத்திரு வகை ஓமாலிகைகளை ஊறவைத்து நன்னீரில் குளித்த செய்தியும்' தலைமுடி அலங்காரங்களில் ஆண்களும் பெண்களும் ஈடுபட்டதையும் பதிவு செய்துள்ளார்.

தமிழரின் உணவுப் பண்பாட்டை விரிவாக எடுத்துக் கூறியுள்ளார். இதில் அப்பம், வரகு, அவல் போன்ற இனிப்பு உணவுகள் உண்டதையும் தேன், கரும்பு, அவல், வாழைப்பழம் பனை, நொங்கு, வள்ளிக்கிழங்கு முதலியவற்றைச் சிற்றுண்டியாக உட்கொண்டதையும் குறிப்பிட்டுள்ளார். மனைவகுக்கும் கலை, மருத்துவக் கலை நூல், வாணிபக் கலைநூல் முதலியன இருந்ததையும் பத்து வகைத் திருமணம் பற்றியும் மலையில் உறையும் தெய்வங்கள், காட்டில் இருக்கும் தெய்வங்கள், வருத்தும் தெய்வங்கள் பத்துப்பாட்டில் இடம்பெற்றுள்ள முதலியவற்றை பாடல்களை ஆராய்ந்து நூலாசிரியர் வெளிப்படுத்தியுள்ளார்.

ஆடை என்பது தமிழரின் பண்பாட்டு அடையாளங்களுள் ஒன்றாகும். இவை பெண்களுக்கான ஆடைகள், வறியர்களின் ஆடைகள், செல்வந்தர்களின் ஆடைகள், போர்வீரர்களின் ஆடைகள், துறவிகளின் ஆடைகள் குறித்தும் சுட்டியுள்ளார். மேலும் கலைத்திறன் மிக்க கம்மியர் கொல்லர், தச்சர் குறித்த செய்திகளும் விளக்கப்பட்டுள்ளன. கடல் சார்ந்த தொழில்களான கப்பல் கட்டுதல் பாய்மரம் பற்றிய செய்திகளும் முத்துக்குளித்தல் தொழில், உப்பு விளைவித்தல் குறித்தும் நூல் விவரிக்கிறது.

வயலைச் சார்ந்த தொழில்கள், பயிர்த்தொழில், விவசாயிகளின் கொண்டாட்டங்கள், அவர்கள் கொண்டாடிய ஓணநாள்விழா, வெறியாட்டு வழிபாடு, இந்திரவிழா, பிறந்தநாள்விழா போன்றவற்றைப் பற்றியும் எடுத்துக்கூறுகிறது.

மேலும் சங்ககால மக்களின் பண்டமாற்று முறை வணிக வளர்ச்சிக்கு மூல காரணமாக விளங்கியது. கிராம மக்களின் வாணிபம், உள்நாட்டு வாணிபம், அயல்நாட்டு வாணிபம் பற்றியும் அரபுநாடு, எகிப்து, தாய்லாந்து, சிங்கப்பூர், சீனா, பர்மா உள்ளிட்ட நாடுகளுடன் கொண்ட வணிகம் குறித்தும் விளக்கிச் செல்கிறது. முத்து, மிளகு, கடல்வண்ணக்கல் சங்ககாலத்தில் பொருளாதார வளர்ச்சிக்கு உதவியதையும் எடுத்துரைக்கிறது.

தமிழர்கள் கொண்டிருந்த நம்பிக்கைகள், நிமித்தங்கள், நல்லநேரம் பார்த்தல், விலங்குகள் பறவைகள் மீது கொண்டிருந்த நம்பிக்கைகள், பேய் பற்றிய நம்பிக்கைகள், நடுகல் பற்றிய நம்பிக்கைகள் கூறப்பட்டுள்ளன. தமிழரின் புற விளையாட்டுகளான யானைப்போர், மற்போர் பற்றியும் பெண்களின் விளையாட்டான கழங்காடுதல், கவண் எறிதல் பற்றியும் எடுத்துரைக்கின்றது. சங்ககாலத்தில் தற்கால உடற்பயிற்சி நிலையங்கள் இருப்பதைப் போன்று 'முரண்களரி' எனும் பெயரில் விளையாட்டுக் கூடங்கள் இருந்ததை நூலாசிரியர் எடுத்துக்காட்டியுள்ளார்.

பத்துப்பாட்டு நூலில் காணப்படும் தமிழர்களின் பண்பாட்டு நிலைகளையும் அவர்களின் பொருளாதார நிலையையும் மிகச் சிறப்பாக நூலாசிரியர் முனைவர் சி.பு. இந்துஜா ஆராய்ந்து வெளிக்கொணர்ந்து இருப்பது பாராட்டுக்குரியது.

– முனைவர் **த. பிரகலாதன்**

வாழ்த்துரை

Shri.**J.C.Prakash**
Hon. Secretary
Sindhi College
Chennai-77

உலகில் சிறந்த மொழிகள் பல உண்டு. அவற்றுள் நீண்ட நெடிய பாரம்பரியத்தைக் கொண்ட மொழிகளுள் தமிழ் மொழியும் ஒன்று. அவ்வகையில் சங்க இலக்கியங்கள் தமிழ் மொழிக்கு வலு சேர்ப்பவையாகவே உள்ளன. அவற்றுள் பத்துப்பாட்டு பழந்தமிழரின் வாழ்வியல் சார்ந்த பல்வேறு நிலைகளை எடுத்தியம்புகின்றன. குறிஞ்சி, முல்லை, மருதம், நெய்தல், பாலை ஆகிய ஐந்து நில மக்களும் அந்தந்த நிலங்களின் அடிப்படையிலேயே அவர்களின் வாழ்க்கை முறைகளை அமைத்திருந்தனர். குறிப்பாக நீர்நிலைகளின் அருகாமையிலேயே குடில்களை அமைத்து வாழ்ந்துள்ளதைச் சுட்டியுள்ளார்.

பண்டைய காலத்தில் பெண்கள் விருந்தோம்பலில் சிறந்து விளங்கினர். உணவைப் பலருக்கும் பகிர்ந்து அளித்து தானும் உண்டு மகிழ்ந்துள்ளனர். மேலும் தாங்கள்

வாழும் ஊர்களில் வேலி மற்றும் பாதுகாப்பு அரண்களை அமைத்து தங்களைப் பாதுகாத்துக் கொண்டனர். அக்கால மக்கள் இறை நம்பிக்கையோடு இருந்துள்ளனர். வெறியாட்டு நிகழ்த்துதல், குறி சொல்லுதல், முருகன், திருமால் போன்ற தெய்வ வழிபாடுகள் காணப்படுகின்றன. வீரத்திற்காகவும், பொழுதுபோக்கிற்காகவும் பல்வேறு விளையாட்டுக்களையும் நிகழ்த்தியுள்ளதை நூலாசிரியர் எடுத்துள்ளமை சிறப்புக்குரியதாகும்.

சிந்திக் கல்லூரி இணைப் பேராசிரியராகப் பணியாற்றி வரும் முனைவர் சி.பு இந்துஜா சங்ககால மக்களின் சமூகப் பொருளாதார நிலையை எடுத்துரைத்துள்ளமை சிறப்பிற்குரியதாகும். அவருக்கு என் பாராட்டுக்கள்.

For SINDHI COLLEGE

Hon. Secretary

வாழ்த்துரை

Dr.V.Hemalatha
Principal i/c
Sindhi college
Chennai -77

நாடோடிகளாகச் சுற்றித் திரிந்த மனித இனம் ஓரிடத்தில் தங்கி ஒரு குழுவாக வாழ தொடங்கினர். இந்த இனக்குழு வாழ்க்கையிலிருந்து நில உடைமைச் சமூகமாக மாறிய காலமாக சங்க காலத்தைக் கருதலாம். தமிழக வரலாற்றின் தொடக்க காலமாகச் சங்ககாலம் அமைகின்றது எனலாம். பண்டைய தமிழர் தங்களது உழைப்பை நம்பியே பல்வேறு தொழில்களைச் செய்து வாழ்ந்து வந்துள்ளனர்.

தொழில்கள் அந்தந்த நிலத்தை மையமாகக் கொண்டு அமைந்தன. அவற்றுள் வேளாண்மை மிக முக்கியமானத் தொழிலாகும். ஒரு நாட்டின் வளர்ச்சிக்கு வேளாண்மையே அடிப்படையாக விளங்குகின்றது. குறிஞ்சி மற்றும் முல்லை நிலங்களில் தினை, வரகு, ஐவகை நெல், கிழங்கு வகைகள், தேன், பழங்கள் முதலியன முக்கிய உணவு உற்பத்திப்

பொருட்களாக விளங்குகின்றன. மருத நிலத்தில் செந்நெல், வெண்நெல், முக்கிய உணவுப் பொருளாக அமைகின்றது.

உழவர் குடி மக்களுக்கு வரி விலக்கு அளிக்கும்படி வேந்தருக்குப் புலவர்கள் அறிவுரை கூறியுள்ளனர். இந்த வேளாண்மையில் விளைந்த விளைபொருட்கள் உள்நாட்டு, வெளிநாட்டு வாணிபத்திற்கு வித்திட்டது. மேலும் சகுனங்கள் தமிழ்ச்சமூகத்தில் ஊடுருவி மக்களிடையே பெரும் தாக்கத்தை ஏற்படுத்தி நிலைபெற்றன. இவை இன்றளவிலும் மக்களின் பயன்பாட்டில் அமைந்திருப்பதைக் காண முடிகிறது.

நூலாசிரியர் முனைவர் சி.பு.இந்துஜா குடும்பச்சூழல் மற்றும் கல்விப் பணி எனப் பல சூழ்நிலைகளைக் கடந்து பண்டைய சமூக மக்களின் வாழ்வியலை பத்துப்பாட்டு மூலம் படம் பிடித்து காட்டியுள்ளார். இந்நூல் எதிர்கால தலைமுறையினருக்கும் நன்மை பயக்கும் என்பதில் ஐயமில்லை. அவருக்கு என் வாழ்த்துக்கள்.

V. Hema

பொருளடக்கம்

பத்துப்பாட்டு நூல்கள் அறிமுகம்

பண்டையத் தமிழகத்தைப் பற்றி நாம் அறிவதற்கு நமக்கு உதவியாக இருப்பது அக்காலப் புலவர்களின் பாடல்களே ஆகும். சங்ககாலப் பாடல்கள் மூலமாக நிலவளங்கள், மக்களின் வாழ்க்கை முறைகள், சமூகத்தில் நடைபெற்ற விழாக்கள், தொழில்கள், வாணிபம், பொருளாதாரம் பற்றியச் செய்திகள், நம்பிக்கைகள், விளையாட்டுத் தொடர்பானச் செய்திகள் முதலிய அனைத்துச் செய்திகளையும் அறிய உதவும் காலப்பொக்கிசமாக இப்பத்துப்பாட்டு நூற்கள் அமைகின்றது.

முச்சங்கம் பற்றிய செய்திகள்

முச்சங்கங்கள் பற்றிய செய்திகள் எவ்வாறிருப்பினும் மதுரை நகரில் புலவர் குழு ஒன்று இருந்தது என்னும் உண்மையைச் சிறுபாணாற்றுப்படை கூறுகிறது. இதனை,

"மண்மாறு கொண்ட மாலை வெண்குடைக்
கண்ஆர் கண்ணிக் கடுந்தேர்ச் செழியன்
தமிழ்நிலை பெற்ற தாங்கரு மரபின்
மகிழ்நனை மறுகின் மதுரை"[1]

சங்கம் என்ற பெயர் வெளிப்படையாக இல்லை என்றாலும் மதுரையில் தமிழ் நிலைபெற்று விளங்கியது எனலாம்.

பத்துப்பாட்டு நூற்கள்

பத்துப்பாட்டு என்பது திருமுருகாற்றுப்படை, பொருநராற்றுப்படை, சிறுபாணாற்றுப்படை, பெரும் பாணாற்றுப்படை, முல்லைப்பாட்டு, மதுரைக்காஞ்சி, நெடுநல்வாடை, குறிஞ்சிப்பாட்டு, பட்டினப்பாலை, மலைப்படுகடாம் போன்றவை ஆகும். இந்தப் பாடலைக் குறிக்கும் தனிப்பாடல் ஒன்று பின்வருமாறு சுட்டுகிறது.

1. சிறுபாணாற்றுப்படை, வரிகள் 64-67

"முருகு பொருநாறு, பாணிரண்டு முல்லை
பெருகு வளமதுரைக் காஞ்சி - மருவினிய
கோலநெடு நல்வாடை, கோல்குறிஞ்சி, பட்டினப்
பாலை கடாத்தொடும் பத்து"

இப்பாடலில் குறித்த முறைப்படியே பிரதிகளிலும் அமைந்துள்ளது.

பத்துப்பாட்டு பற்றிய செய்திகள்

பிற்காலத்தில் எழுந்த பன்னிரு பாட்டியலில் பத்துப்பாட்டு என்னும் நூலின் இயல்பு குறித்து இரண்டு சூத்திரங்கள் உள்ளன.

"நூறுஅடிச் சிறுமை, நூற்றுப்பத்து அளவே
ஏறிய அடியின் ஈர் ஐம்பாட்டுத்
தொகுப்பது பத்துப்பாட்டு எனப்படுமே" (384)

அதுவே,

"அகவலின் வரும் என அறைகுவர் புலவர்" (385)

இந்தச் சூத்திரங்கள் "பத்துப்பாட்டு" என்னும் வழக்குப் பெருகிய காலத்தில் இயற்றப்பட்டவை ஆகும். பத்துப்பாட்டுத் தொகுதிகளைப் பற்றிக் கூறப்பட்டதே இந்த இலக்கணங்கள் எனலாம். வேறு வகையான பத்துப்பாட்டு நூல்கள் தமிழில் காணப்படவில்லை.

பத்துப்பாட்டு நூல்கள் ஒன்றோடொன்று தொடர்புபடுத்திப் பாடப்பட்டவை அல்ல. வெவ்வேறு சூழ்நிலைகளில், வெவ்வேறு காலத்தில் பாடப்பட்டவை ஆகும். பொருநராற்றுப்படை, சிறுபாணாற்றுப்படை, பெரும்பாணாற்றுப்படை, மலைப்படுகடாம் முதலியவை ஆற்றுப்படைகள் என்று அழைக்கப்பட்டன. திருமுருகாற்றுப்படைக்கு புலவராற்றுப்படை என்ற பெயரும் உண்டு. மலைப்படுகடாம் கூத்தராற்றுப் படை எனவும் வழங்கப்பட்டது.

முல்லைப்பாட்டு, குறிஞ்சிப்பாட்டு, பட்டினப்பாலை ஆகிய மூன்றும் அகத்திணை ஒழுக்கம் பற்றியவை.

'முல்லைப்பாட்டை' 'பெருங்குறிஞ்சி' எனவும் ஆசிரியர் கூறினார். நெடுநல்வாடை அகப்பொருள் செய்திகளைப் பொதிந்தது ஆயினும் பாண்டியனது அடையாளப் பூவைக் கூறினமையால் புறத்திணையில் வரிசைப்படுத்துவர். 'மதுரைக்காஞ்சி' வீடுபேறு நிமித்தமாகவும், நிலையாமைக் கருத்துக்களைக் கூறுவதாகவும் அமைந்த பகுதி ஆகும். இவ்வாறு பத்துப் பாடல்களும் வெவ்வேறு கருத்துக்களைக் கூறுவதாக அமைந்துள்ளன. பத்துப்பாட்டுள் சிறியதும், பெரியதும் 103 அடிகளையுடைய முல்லைப்பாட்டு பத்துப்பாட்டுள் மிகச் சிறியது ஆகும். அளவில் மிகப் பெரிய பாடல் 782 அடிகளை உடைய மதுரைக்காஞ்சி ஆகும்.

கல்வெட்டுச் செய்திகள்

ஒவ்வொரு பாடலைப் பாடியப் புலவர்களைப் பற்றியும் அவர்கள் பாட்டுடைத் தலைவர்களாகப் பாடிய அரசர்களைப் பற்றியும் கல்வெட்டுச் செய்திகள் வாயிலாகவும், பிற்கால இலக்கியங்கள் வாயிலாகவும் தெரியவருகின்றன. இதனை,

"வெறிஆர் தளவத் தொடைச் செயமாறன் வெகுண்டது ஒன்றும்
அறியாத செம்பியன் காவிரி நாட்டில் அரமியத்துப்
பறியாத தூண் இல்லை கண்ணன் செய் பட்டினப் பாலைக்கு அன்று
நெறியால் விருந்தூண் பதினாறுமே அங்கு நின்றனவே"

என்ற பட்டினப்பாலைப் பாடல் திருவெள்ளறைக் கல்லெழுத்தில் அரங்கேற்றம் செய்யப்பட்டதைக் கூறுகின்றது.

"அரமியம்" என்பது அரண்மனை முற்றத்தைக் குறிப்பிடுவது ஆகும். போர் நிகழ்ச்சியின்போது அரண்மனை மண்டபத்தில் உள்ள பதினாறு மண்டபம் ஒன்று தவிர ஏனைய எல்லாம் அழிவுற்றன என்பதையும் விளக்குகிறது. 'பட்டினப்பாலை' அரங்கேறிய மண்டபத்தை அழித்தால் தமிழிலக்கிய நினைவுச் சின்னம் அழிக்கப்பட்டதாகிவிடும் என்பதற்காக அம்மண்டபம் மட்டும் பாதுகாக்கப்பட்டுள்ளது. இதன் மூலமாக நம் முன்னோர் தமிழிலக்கியத்தின் மீது கொண்டுள்ள பற்றுதல் தெரிகின்றது.

பிற்கால இலக்கியங்கள் கூறுபவை

கலிங்கத்துப்பரணி செய்யுள் பகுதியில் பட்டினப்பாலை பாடிய உருத்திரங்கண்ணனாருக்கு அரசன் செய்த சிறப்பைக் கவிஞர் போற்றியுள்ளார். இதனை,

"தத்து நீர் வரால் குருமி வென்றதும்
தழுவு செந்தமிழ் பரிசில் வாணர் பொன்
பத்தொடு ஆறு நூறாயிரம் பெறப்
பண்டு பட்டினப்பாலை கொண்டதும்"

எனக் கலிங்கத்துப்பரணியில் கூறியுள்ளார்.

பத்துப்பாட்டு நூற்கள் வரிசையாக ஆய்வு செய்யப்பட்டுள்ளது.

1. திருமுருகாற்றுப்படை

நக்கீரர் பாடிய ஆசிரியப்பாவால் ஆகிய நெடும்பாடல் 317 அடிகளைக் கொண்ட திருமுருகாற்றுப்படை ஆகும். இது ஏனைய ஆற்றுப்படைகளில் முதலாவதாக அமைந்தது ஆகும். மற்ற ஆற்றுப்படைகள் எல்லாம் ஆற்றுப்படுத்துபவர் பெயரால் அமைந்திருக்க இது மட்டுமே பாட்டுடைத் தலைவன் பெயரால் அமைந்துள்ளது.

இது சைவத்திருமுறைகளுள் பதினோராம் திருமுறைகளுள் சேர்க்கப்பட்டுள்ளது. சைவர்கள் நாள்தோறும் ஓதி உணரும் நூல் ஆகும். திருமுருகாற்றுப்படை ஆகும். இது ஆறு பகுதிகளாகப் பகுக்கப்பட்டுள்ளது.

முதற்பகுதி

முதற்பகுதி திருப்பரங்குன்றப் பகுதி ஆகும். இது முருகனின் சிறப்பும், சூரமகளிர் ஆடலும், திருப்பரங்குன்றச் சிறப்பும் கூறப்பட்டுள்ளது.

இரண்டாவது பகுதி

இரண்டாவது பகுதியாக அமைவது திருச்சீரலைவாய்ப் பகுதி ஆகும். இதில் முருகனின் யானை ஊர்தி, அதில்

வலம் வரும் முருகனின் ஆறுமுகமும் பன்னிருகைகளும், திருச்செந்தூர் சிறப்பும் கூறப்பட்டுள்ளது.

மூன்றாவது பகுதி

மூன்றாவதுப் பகுதியாக இடம் பெறுவது திருஆவினன்குடி பகுதி ஆகும். இது முனிவர்களும், தேவர்களும் முருகனைத் துதித்தமைப் பற்றிக் கூறுகின்றது.

நான்காவது பகுதி

நான்காவது பகுதியாக இடம்பெறுவது "திருவேரகப்பகுதி" .இப்பகுதி அந்தணர்கள் முருகனை வழிபாடு செய்வது பற்றிக் கூறுகிறது.

ஐந்தாவது பகுதி

ஐந்தாவது பகுதியாக குன்றுதோறும் ஆடலில் குன்றக் குரவை இடம் பெற்றிருக்கிறது.

ஆறாவது பகுதி

ஆறாவதாகப் பழமுதிர்ச்சோலைப் பகுதியில் வெறியாட்டிழைத்தல், முருகனை ஏத்தி இசைத்தல், முருகன் அருள் செய்து பரிசில் நல்குதல், அருவியின் இயல்பு போன்றவை விவரிக்கப்பட்டுள்ளன. இவ்வாறு திருமுருகாற்றுப்படை ஆறு பகுதிகளாகப் பகுக்கப்பட்டு முருகப் பெருமானின் சிறப்பைக் கூறுகின்றது.

2. பொருநராற்றுப்படை

சோழன் கரிகாற்பெருவளத்தானை, முடத்தாமக் கண்ணியார் பாடிய நெடும்பாட்டு பொருநராற்றுப்படை ஆகும். இது 248 அடிகளைக் கொண்டது. பரிசில் பெற வந்த பொருநன் ஒருவனைப் பரிசில் பெற்று வந்த பொருநன் ஆற்றுப்படுத்துவதாக அமைவது இதன் பொருள் எனலாம்.

பொருநன்

பொருநன் என்பவன் இசையில் சிறந்த ஓர் இனத்தைச் சேர்ந்தவன் ஆவான். இவர்கள் மற்றொருவரைப் போல

வேடமிட்டுப் பாடுவார்கள். பொருநர்களில் ஏர்க்களம் பாடுவோர், போர்க்களம் பாடுவோர், பரணி பாடுவோர் என மூன்று பிரிவுகள் உண்டு. பொருநராற்றுப்படையில் கூறப்பட்டிருக்கும் பொருநன் "போர்க்களம் பாடும் பொருநன்" ஆவான். இப்பொருநர்கள் கையில் "தடாரிப்பறை" வைத்திருந்தனர்.

பாலை யாழின் வருணனை

ஓர் ஊரில் விழா முடிந்ததும் மற்றொரு ஊருக்குச் செல்லும் பொருநன் கையில் பாலை யாழ் வைத்திருந்தான். பொருநராற்றுப்படையில் பாலை யாழின் ஒன்பது உறுப்புகளையும் சித்திரம் போலத் தீட்டிக் காட்டப்பட்டுள்ளன. பாலை யாழின் இசையைக் கேட்டு ஆறலைக் கள்வர்களும் தங்களுடைய படைக்கலங்களைப் போட்டுவிட்டு மெய்மறந்து நின்றனராம். இதனை,

> "ஆறலைக் கள்வர் படைவிட அருளின்
> மாறுதலை பெயர்க்கு மருவின் பாலை"[2]

எனப் பொருநராற்றுப்படை கூறுகின்றது.

பாலையாழின் சிறப்பு பொருநராற்றுப்படையில் சிறப்பாக வருணிக்கப்பட்டுள்ளதை அறிய முடிகின்றது.

விறலியின் கேசாதிபாத வருணனை

பொருநனுடன் வரும் பாடினியின் அழகு, தலைமுடி முதல் பாதம் வரை பத்தொன்பது உறுப்புகளும் கேசாதிபாத வருணனையில் கூறப்பட்டுள்ளது.

கரிகால் பெருவளத்தானின் சிறப்பு

கரிகால் பெருவளத்தான் எனும் அரசன் விருந்தோம்பும் பண்பில் தலைசிறந்தவனாகக் காணப்பட்டான். அவன் இளமைப் பருவத்தில் தாய் வயிற்றில் இருக்கும் பொழுதே தாயம் எய்தியமையும், வெண்ணிப்போர் வெற்றி என்ற வரலாற்றுச் செய்திகளையும் வரிசையாகக் கூறுகிறது. அவனின்

2 பொருநராற்றுப்படை, வரிகள். 2122

வீரச்சிறப்பும், கொடைச்சிறப்பும் கூறப்பட்டுள்ளதுடன் நாட்டுச் சிறப்பும், காவிரியாற்றின் சிறப்பும் புனையப்பட்டுள்ளது. பெரும்பாணாற்றுப்படை வஞ்சி அடிகள் இடையில் வந்த ஆசிரியப்பாவால் ஆனது.

3. சிறுபாணாற்றுப்படை

இது 296 அடிகளைக் கொண்ட நெடும்பாட்டு ஆகும். ஓய்மான் நாட்டு நல்லியக் கோடனை, இடைக்கழி நாட்டு நல்லூர் நத்தத்தனார் பாடியது ஆகும். சிறுபாணாற்றுப்படையில் கூறப்படும் நல்லியக்கோடன் குறுநில மன்னன் ஆவான். ஆயினும் அவன் மூவேந்தர்களுக்கும் கடையெழு வள்ளல்களுக்கும் நிகரானவன் ஆவான்.

பாணர்கள்

பாணர்கள் சிறுபாணர், இசைப்பாணர், யாழ்ப்பாணர், மண்டைப்பாணர் என பலவகைப்படுவார்கள். சிறுபாணாற்றுப்படையில் குறிப்பிடப்படும் பாணன் யாழ்ப்பாணன் ஆவான்.

யாழ்

யாழில் சீறியாழ், பேரியாழ் எனப் பலவகைகள் உண்டு. சீறியாழைக் கருவியாகக்கொண்டு வாசிப்பதால் இந்தப் பாணர்கள் சிறுபாணர்கள் என்று அழைக்கப்பட்டனர். இதனை

'இன்குரல் சீறியாழ் இடவயின் தழீஇ[3]

எனச் சிறுபாணாற்றுப்படையில் கூறப்பட்டுள்ளது. சீறியாழின் வகைகளை சிறுபாணாற்றுப்படை நமக்கு உணர்த்துகின்றது.

பொருள் அடக்கம்

பரிசில் பெறக் கருதிய சிறுபாணனைப் பரிசில் பெற்ற ஒரு பாணன் ஓய்மானாட்டு நல்லியக்கோடனிடத்தே ஆற்றுப்படுத்துவது ஆகும். இதுவே இந்நூலின் பொருள் அடக்கம் ஆகும்.

3 சிறுபாணாற்றுப்படை, வரி 35

விறலியர்கள்

இப்பாடலில் வரும் விறிலியர்களின் கேசாதிபாத வருணனைச் சிறப்புடையதாகவும், சங்கிலித் தொடர் போன்ற தொடைநயமுடையது ஆகும். விறலியர்களின் பத்து உறுப்புகளையும் இதில் வருணிக்கப்பட்டுள்ளது. இதனை,

"ஐதுவீழ் இருபெயல் அழகு கொண்டருளி
நெய்கனிந்து இருளிய கதுப்பின் கதுப்பென
மணிவயிற் கலாபம் பரப்பிப் பலவுடன்
மயில்மயிற் குளிக்கும் சாயல்; சாஅய்
உயங்குநாய் நாவின் நல்லெழில் அசைஇ
வயங்கிழை உலறிய அடியின் ; அடிதொடர்ந்து;"[4]

எனச் சிறுபாணாற்றுப்படை கூறுகின்றது.

மன்னர்களின் பெருமை

மூவேந்தர்களின் பெருமையும், அவர்களுடைய தலைநகரங்களின் சிறப்புகளையும் பற்றிக் கூறப்பட்டுள்ளது.

வள்ளல்களின் சிறப்புகள்

கடையெழு வள்ளல்களான பேகன், பாரி, காரி, ஆய், அதியன், நள்ளி, ஓரி என்பவர்களின் சிறப்புகளைப் பற்றியும் அவர்களின் அருஞ்செயல்களைப் பற்றியும் குறிப்பிடப்பட்டுள்ளன. இதனை,

'எழுவர் பூண்ட வீகை செந்நுகம்'[5]

எனச் சிறுபாணாற்றுப்படை கூறுகின்றது.

இயற்கை வருணனை

பாணர்கள் கடந்து சென்ற வழியின் அழகு பற்றி சிறுபாணாற்றுப்படை கூறுகிறது. பாணர் செல்லும் வழிப்பாதைகளில் தாழை, செருத்தி, முண்டகம் (கடல் முள்ளி), புன்னை, அவரை, காயா, முசுண்டை, காந்தள் ஆகிய மலர்கள் அழகாகப் பூத்துக் கிடந்தன. இந்த மலர்கள்

4 சிறுபாணாற்றுப்படை, வரிகள். 13 - 18
5 சிறுபாணாற்றுப்படை, வரி 113

ஒவ்வொன்றும் ஏதாவது ஒன்றை நினைவுப்படுத்தும் வகையில் மலர்ந்திருந்தது. தாழை மலர்கள் அன்னப் பறவையைப் போன்றும், செம்பருத்தி பொன்னைப் போன்றும், முண்டகம் கருமணியைப் போன்றும், புன்னை முத்துக்களை எடுத்து வைத்தது போன்றும், அவரை பவளத்தைக் கொடியில் கோர்த்தது போன்றும் காயா மலர் மயிலை அவிழ்த்து விட்டது போன்றும், காந்தள் கைவிரல் போன்றும் அமைந்துள்ளதாகக் கூறப்பட்டுள்ளது. இதனை,

"பைந்நனை அவரை பவழங் கோப்பவும்
கருநனைக் காயா கணமயில் அவிழவும்
கொழுங்கொடி முசுண்டை கொட்டங் கொள்ளவும்
செழுங்குலைக் காந்தள் கைவிரல் பூப்பவும்"[6]

எனச் சிறுபாணாற்றுப்படை கூறுகின்றது.

4. பெரும்பாணாற்றுப்படை

ஆசிரியப்பாவால் ஆகிய 500 அடிகளைக் கொண்டது பெரும்பாணாற்றுப்படை ஆகும். தொண்டைமான் இளந்திரையன் மீது கடியலூர் உருத்திரங்கண்ணனார் பாடியது ஆகும். காஞ்சி நகரில் சிறந்து விளங்கிய தொண்டைமான் இளந்திரையனிடம் பரிசில் பெற்றான் ஒருவன் ஆற்றுப்படுத்தியதாகப் பாடப்பெற்றது ஆகும். பெரும்பாணாற்றுப்படைக்கு 'பாணாறு' சமுதாயப் பாட்டு என்ற பெயர்களும் உண்டு.

ஐவகை நிலங்கள்

பெரும்பாணாற்றுப்படையுள் ஐவகை நிலமக்களின் வாழ்க்கைச் சிறப்புகள் விவரிக்கப்பட்டுள்ளன. உப்பு வணிகர்கள், வணிகச் சாத்துக்கள், பாலை நிலத்தில் வாழும் எயினர்கள், உழவர்களின் குடியிருப்புகள், செல்வந்தர்கள் பற்றிய செய்திகள் முதலியவற்றையும் கூறுகிறது. மேலும் குடிசைகள் முதல் மாட மாளிகைகள் வரை அனைத்தையும் எடுத்துக்காட்டும் ஓவியமாக அமைந்துள்ளது. இதற்குச் சான்றாக சில வரிகளைச் சுட்டலாம்.

6 சிறுபாணாற்றுப்படை, வரிகள், 164-167

மோர் விற்கும் ஆய்ச்சி, நெய்க்குக் கிடைக்கும் விலைக்குப் பொன்னைப் பெறமாட்டாள். அவளுக்குத் தேவையான எருமைக் கன்றுகளையே பெற்றுக் கொண்டாளாம். இதனை,

"நாண்மோர் மாறு நன்மா மேனிச்
சிறுகுழை துயல்வரும் காதிற் பணைத்தோட்
குறுநெறிக் கொண்ட கூந்தல் ஆய்மகள்
அளைவிலை உணவின் கிளையுடன் அருத்தி
நெய்விலைக் கட்டிப் பசும்பொன் கொள்ளாள்
எருமை நல்லான் கருநாகு பெறூஉம்"[7]

எனப் பெரும்பாணாற்றுப்படை கூறுகின்றது.

அந்தணர்களின் உணவுகள்

அந்தணர் வீட்டில் கிடைக்கும் உணவுப் பொருள்களைப் பற்றி பெரும்பாணாற்றுப்படை விளக்கமாகக் கூறியுள்ளது. கருஞ்சம்பா அரிசிச் சோறு, நறுமணம் உள்ள மோர், மாதுளங்காய் பொரியல், மாவடு ஊறுகாய் முதலியவை அவர்களின் உணவு ஆகும்.

5. முல்லைப்பாட்டு

பத்துப்பாட்டில் மிகச் சிறிய பாட்டு 'முல்லைப்பாட்டு' ஆகும். இது 103 அடிகளைக் கொண்ட ஆசிரியப்பாவால் ஆனது ஆகும். அடிகளில் மிகச் சிறிய பாடல் என்றாலும் சுவையில் மிக நுட்பமானது ஆகும். இதனைப் பாடியது காவிரிப்பூம்பட்டினத்துப் பொன் வணிகன் மகனான நப்பூதனார் ஆவார்.

பொருள் அடக்கம்

தலைவன் போருக்குப் புறப்படுவதனைக் குறிப்பால் உணர்ந்த தலைவி ஆற்றாளாகக் காணப்பட்டாள். தலைவியை முதுபெண்டிர் ஆறுதல் கூறி ஆற்றுவித்தனர். தலைவன் போர் வினை முடிந்து மீண்டு வருவதைக் கண்டு தோழி முதலியோர் தலைவியிடம் கூறுவதாக அமைந்தது இப்பாட்டு ஆகும்.

7 பெரும்பாணாற்றுப்படை, வரிகள், 160-65

இப்பாடலில் பெருமுது பெண்டிர் விரிச்சிக் கேட்டுத் தலைவியைத் தேற்றுவதும், வீரர் நிகழ்ச்சிகள், அரசனின் சிந்தனை, தலைவியின் பிரிவுத் துயரம், மன்னன் வெற்றியுடன் திரும்பி வருதல் முதலியவை பற்றியும் கூறப்பட்டுள்ளது.

6. மதுரைக்காஞ்சி

இது 782 அடிகளைக் கொண்ட வஞ்சி அடிகள் விரவிய ஆசிரியப்பாவால் ஆனது. 'காஞ்சி' என்பது வீடுபேறு நிமித்தமாகப் பல்வேறு நிலையாமையைச் சான்றோர் அறிவுறுத்தக் கூறும் குறிப்பாகக் கருதப்பட்டது ஆகும்.

ஆட்சிச் சிறப்பு

தலையாலங்கானத்து செருவென்ற பாண்டியன் நெடுஞ் செழியனை மாங்குடி மருதனார் எனும் புலவர் பாடியதாக அமைந்தது மதுரைக்காஞ்சி ஆகும். இதில் பாண்டிய மன்னனின் பெருமை, அவனது நாட்டுவளம், போர், வெற்றி முதலியன பற்றிக் கூறியுள்ளார்.

வாழ்வியல் கருத்து

ஐவகை நில மக்களாகிய குறிஞ்சி, முல்லை, மருதம், நெய்தல், பாலை ஆகியவற்றின் நிலவளமும், அங்கு வாழும் மக்களின் வாழ்வியல் பற்றியும் சித்தரிக்கப்பட்டுள்ளது. மதுரை மாநகரின் சிறப்புப் பற்றியும், கோட்டை, கொத்தளம், கொடிகள் பற்றியும், நாற்பெருங்குழு, அந்தி வாணிபம், பரத்தையர் வாழ்க்கை இரவுக்கால நிலைகள், விடியற்கால நிகழ்ச்சிகள் ஆகியன பற்றியும் கூறுகிறது.

மன்னனின் கொடைச் சிறப்பும் அவனைப் புலவர் வாழ்த்துவதும் இறுதியாக அமைந்துள்ளது. இதனை,

"பொற்புவிளங்கு புகழ்அவை நிற்புகழ்ந்து ஏத்த
இலங்குஇழை மகளிர் பொலங்கலத்து ஏந்திய
மணங்கமழ் தேறல் மடுப்ப நாளும்
மகிழ்ந்தினிது உறைமதி பெரும
வரைந்துநீ பெற்ற நல்லூழியையே"[8]

என மதுரைக்காஞ்சி கூறுகின்றது.

8 மதுரைக்காஞ்சி, வரிகள், 778-782

இப்பாடல் தேறல் உண்டு மகிழ்ந்து வாழ்க என்று கூறுவதால் துறவையோ, காட்டிற் சென்று கடுந்தவம் புரிவதையோ வற்புறுத்தவில்லை என்று கூறலாம். இப்பாட்டு வைதிக, சமண, பௌத்த மதக் கருத்துக்களுக்கு உட்படாதது என்றும் கூறலாம்.

7. நெடுநல்வாடை

மதுரைக் கணக்காயனார் மகன் நக்கீரர் முற்கூறிய பாண்டியன் நெடுஞ்செழியனைப் பாடியது ஆகும். இது 108 அடிகள் கொண்ட அகவற்பாவால் ஆனது. அகத்திணைச் செய்திகளே இதில் அதிகம் இடம் பெற்றுள்ளன.

வலியுறுத்தும் செய்திகள்

பாண்டியன் நெடுஞ்செழியன் பகைப்புலம் சென்று பாசறையில் இருக்க, அரண்மனையில் அரசி, அவனின் பிரிவைத் தாங்காமல் வருந்திக் கொண்டிருந்தாள். தலைவி தலைவனை விரைவில் அடையவேண்டும் என்று கொற்றவையை வணங்குவதாக இப்பாடல் கூறுகின்றது.

மிலேச்சர்கள் நகரைக் காவல் புரிதலையும், மகளிர் மாலைக்கால வழிபாட்டினையும் அழகாகக் கூறுகின்றது. அரண்மனை வாயில், முற்றம், அந்தப்புரம், தந்தக் கட்டில் போன்றவற்றை சிற்ப நுட்பத்துடன் விளக்கப்படுவதால் இதனை 'சிற்பப்பாட்டு' என்றும் கூறுவர்.

பாண்டியன் நெடுஞ்செழியனின் அடையாள மாலை கூறப்படுவதால் இது அகப்பாட்டு மரபில் வழுவிப் புறப்பாட்டு ஆயிற்று என்றும் கூறுகின்றனர். இதனை,

'வேம்புதலை யாத்த நோன்காழ் எஃகமொடு'[9]

என நெடுநல்வாடை நினைவுப்படுத்துகின்றது.

ஆயினும் இக்கால ஆய்வாளர்கள் நெடுநல்வாடையை அகப்பாட்டு என்று கூறுகின்றனர். இங்ஙனம் முல்லைத்திணை சார்ந்த இந்நெடும்பாட்டு மிகத் திறம்பட புனையப்பட்டுள்ளது.

9 நெடுநல்வாடை, வரி. 176

8. குறிஞ்சிப்பாட்டு

குறிஞ்சிப்பாட்டு என்பது புணர்தலும், புணர்தல் நிமித்தமும் ஆகிய ஒழுக்கம் ஆகும். இப்பாட்டு இயற்கைப் புணர்ச்சியும் அடுத்து நிகழும் புணர்ச்சிக்குரிய நிமித்தங்களைக் கூறுவதால் 'குறிஞ்சிப்பாட்டு' எனப் பெயர் பெற்றது. இது 261 அடிகளைக் கொண்ட ஆசிரியப்பாவால் ஆனது. இதனைப் 'பெருங்குறிஞ்சி' எனவும் பெயரிட்டு அழைத்தனர்.

ஆரிய அரசன் பிரகதத்தனுக்குத் தமிழ் அறிவிப்பதற்காகக் கபிலர் பாடியது இப்பாடல் ஆகும்.

தலைவியின் பொருட்டுத் தோழி செவிலிக்கு அறத்தொடு நிற்றல் என்னும் அகத்துறையைச் சார்ந்த பாடல் பற்றி சுனையில் நீராடல், 99 மலர்களைக் குவித்து மகிழ்தல், தலைவனின் காதல் உறவு, மாலைக்கால வருணனை, தலைவன் கடந்து வரும் வழியின் அருமை முதலியவை காப்பியத் தன்மையுடன் இதில் கூறப்பட்டுள்ளது.

9. பட்டினப்பாலை

பாட்டுடைத் தலைவன் சோழன் கரிகாற்பெருவளத்தான் ஆவான். இதனைப் பாடியவர் கடியலூர் உருத்திரங்கண்ணனார் ஆவார். இது 301 அடிகளைக் கொண்டது. பெரும்பான்மையும் வஞ்சியடிகளால் அமைந்து, ஆசிரிய அடிகளால் முடிவது ஆகும். எனவே இதனை 'வஞ்சி நெடும்பாட்டு' என்றும் கூறுவர். மதுரைக்காஞ்சியில் மதுரையைக் காண்பது போல பட்டினப்பாலையில் காவிரிப்பூம்பட்டினத்தைக் காண்கிறோம்.

வாணிபம் பற்றிய செய்திகள்

இப்பாடல் வாணிபம் சிறப்பாக நடைபெற்றதனையும் அதனால் எழுந்த நாகரிகம் பற்றியும் கூறுகின்றது. மேலும் வாணிபத்தால் நாடு வளம்பெற்றதைப் பற்றியும் வலியுறுத்துகின்றது.

சோழநாட்டின் பெருமை

சோழநாடு செல்வ வளத்தில் சிறந்து விளங்கியதைப் பற்றி விளக்கமாகக் கூறுகின்றது. இப்பாடல் தமிழர் வாழ்வு

முறை, பழக்க வழக்கங்கள் முதலியவற்றைக் கூறுகின்றது. இது பாலைத் திணையைச் சேர்ந்ததனால் 'பட்டினப்பாலை' என்ற பெயர் கொண்டு அழைத்தனர்.

10. மலைப்படுகடாம்

மலைக்கு யானையை உவமித்து அம்மலையில் பிறந்த பல்வேறு ஓசைகளைக் கடாம் எனச் சிறப்பிப்பதனால் இப்பாட்டு 'மலைப்படுகடாம்' எனப் பெயராயிற்று. இது கூத்தராற்றுப்படை எனவும் வழங்கப்பட்டது. பரிசில் பெற வரும் கூத்தன் ஒருவனைப் பரிசில் பெற்றான் ஒருவன் செங்கண் மாத்துவோன் நன்னன் சேய் நன்னனிடத்தே ஆற்றுப்படுத்தியதாக உள்ளது. நன்னனைப் பாடியவர் இரணிய முட்டத்துப் பெருங்குன்றூர் பெருங்கௌசிகனார் ஆவார். இப்பாடல் 583 அடிகளைக் கொண்ட ஆசிரியப்பா ஆகும்.

மலைப்படுகடாம் கூறும் செய்திகள்

நன்னனின் பண்பு நலன்கள், மலைவழியில் செல்லும் கூத்தர்களின் நிலைகள், அவர்களின் பலவகையான இசைக்கருவிகள், பேரியாழ், வருணனை, விருந்து, காரியுண்டிக் கடவுளாகியச் சிவனைத் தொழுது செல்லுதல், வழிப்பறி பற்றிய எச்சரிக்கை, மலையில் தோன்றும் பற்பல ஓசைகள், அரிய வழிகளில் செல்லும் முறை, புதியவர்களுக்காகப் புல்லை மடித்துக் கொண்டு செல்லும் முறை, மலைவாழ் மக்கள் உபசரிக்கும் முறை, நன்னனது மூதூரை அடைதல், அவனது கொடைச் சிறப்பு ஆகியவற்றை முறையே எடுத்துக் கூறுகின்றது.

அன்றைய தமிழர்கள் பற்றியச் செய்திகள்

சங்க காலத்தில் அகத்திணை என்றாலே தலைவன், தலைவி, தோழி, பாங்கன், தாய், பரத்தையர், கண்டோர், இளையோர், பாகன் என இடம் பெறுவர். புறப்பாடல் என்றால் மன்னர், புலவர், பாணர் முதலியோர் இடம் பெறுவர். இவ்வாறு பாடல் பாடிய புலவர்கள் சங்க காலத்தில் பல தொழில்களையும் செய்து வந்தனர்.

❖❖❖

2. நிலவளங்கள்

ஒவ்வொரு நிலத்தில் வாழும் மக்களும் தங்கள் வாழும் நிலமே மிகப்பெரிய உலகமாகக் கருதி வாழ்ந்தனர். நில அமைப்புகளை வைத்தே மக்களின் வாழ்க்கை முறைகள் அமைந்திருந்தன. அதனை குறிஞ்சி, முல்லை, மருதம், நெய்தல், பாலை என ஐந்திணைகளால் பிரித்தனர். இந்த நில அமைப்புகளும் சூழல்களும் அவர்களுடைய சூழ்நிலை அறிவைக் காட்டுவனவாகவே காணப்படுகின்றன.

குறிஞ்சி நில மக்கள்

மலையும், மலை சார்ந்த இடமும் குறிஞ்சி எனப்பட்டது. குறிஞ்சி நில மக்களைக் கானவர், குறவர், குன்றவர் என அழைத்தனர். இவர்கள் மலைப்பகுதிகளில் வாழ்ந்ததால் அதற்கேற்ற கரடுமுடான உடல்வாகினைக் கொண்டிருந்தனர். இதனை,

"யானை தாக்கினும் அரவு மேற் செலினும்
நீனிற விசும்பின் வல்ஏறு சிலைப்பினும்
சூல்மகள் மாறா மறம்பூண் வாழ்க்கை"[1]

எனப் பெரும்பாணாற்றுப்படை கூறுகின்றது.

குடியிருப்புகள்

குறிஞ்சி நில மக்களின் இருப்பிடம் குடிசைகளாகக் காணப்பட்டது. இவர்களின் குடிசைகள் சேர்ந்திருக்கும் பகுதியைச் 'சிறுகுடி' என்றும் 'பாக்கம்' என்றும் கூறினர். இதனை,

'குன்றகச் சிறுகுடிக் கிளையுடன் மகிழ்ந்து'[2]

என்று திருமுருகாற்றுப்படை கூறுகின்றது.

மேலும் பாக்கம் என்பதைக் கௌசிகனார்,

1 பெரும்பாணாற்றுப்படை, வரிகள். 134-136
2 திருமுருகாற்றுப்படை, வரி 196

'சிலம்பு அடைந்திருந்த பாக்கம் எய்தி'[3]

என்று மலைபடுகடாம் சுட்டுகின்றது.

இதனால் குறிஞ்சி நிலமக்களின் வாழிடங்களுக்கு வழங்கியிருந்த பெயர்களை அறியமுடிகிறது.

குறிஞ்சி நில மக்களின் தொழில்கள்

குறிஞ்சி நில மக்களாகிய குறவர்கள் காட்டில் வாழும் விலங்குகளோடு போரிட்டு வெற்றி பெறுபவர். இவர்கள் வில்லாற்றலில் சிறப்பு வாய்ந்தவர்கள் ஆவர். இதனை,

"சிலைநவில் எறுழத்தோள் ஓச்சி வலன்வளையூ"[4]

எனப் பெரும்பாணாற்றுப்படை கூறுகின்றது.

வேட்டையாடுதல் குறிஞ்சி நில மக்களின் முக்கியத் தொழிலாகக் கருதப்பட்டது.

பயிர்களைக் காவல் புரிதல்

குறவரின் மக்கள் தினைக் கதிர் முற்றும் பருவத்தில், அதனைக் கவர வரும் பறவைகளைப் பரண்மேலிருந்து கற்களால் எறிவர். குறவர்கள் இரவுப் பொழுதில் யானைகள் வந்து புனத்தை அழித்து விடாமல் காவல் புரிந்தனர். யானைகள் வந்து விட்டால் இருட்டில் தீக்கொள்ளியால் எறிந்தனர்.

இதனை,

'துணையின் தீர்ந்த கடுங்கண் யானை
அணையக் கண்ட அம்குடிக் குறவர்
கணையர் கிணையர் கைபுனை கவணர்
விளியர் புறங்குடி ஆர்க்கும் நாட'[5]

என நற்றிணை கூறுகின்றது.

மலைப்பகுதிகளில் தினை முதலியவை விளைந்தது என்று எட்டுத்தொகை நூற்கள் சான்றாகக் கூறப்பட்டுள்ளது.

3 மலைப்படுகடாம், வரி 162
4. பெரும்பாணாற்றுப்படை, வரி 145
5. நற்றிணை, 108. வரிகள்.2-5

குறிஞ்சி நில மக்களின் உணவுகள்

மலைப்பகுதிகளில் உள்ள மிருகங்களின் தசைகளையும், மலைத் தானியங்களையும், பல வகையான இனிய பழங்களையும் உண்டனர். இவர்கள் விரும்பி உண்ணும் உணவு மானின் தசையும், முள்ளம் பன்றியின் தசையும் ஆகும்.

சிறுவர் சிறுமியரின் பொழுதுபோக்கு

குறிஞ்சி நிலச் சிறுவர், சிறுமியர்கள் தங்கள் கூந்தலில் மலையில் உள்ள வேங்கை மலரினைச் சூடினர். சுனைகளிலும், அருவிகளிலும் நீராடி மகிழ்ந்தனர்.

குறவரின் மலைக்கடவுள்

குறவர்களின் தெய்வம் முருகப் பெருமான் ஆவார். குறவரும், குறவ மகளிரும் முருகப்பெருமானை வாழ்த்தி வணங்கினர். அப்பெருமானை வேங்கை மலரால் அலங்கரித்தனர். இவர்களின் முழங்கும் பறை 'முருகியல்' ஆகும். 'கோடு' என்னும் ஊதுகொம்புகளினாலும் முழக்கம் எழுப்பவும் செய்வர். இதனை,

"ஆண்தலைக் கொடியொடும் மண்ணி அமைவர

....

முருகு ஆற்று படுத்த உருகெழு வியன்நகர்"[6]

எனத் திருமுருகாற்றுப்படை கூறுகின்றன.

மலைகளில் உள்ள ஓசைகள்

குறிஞ்சி நிலம் மலைவளம் நிறைந்த பகுதியாகச் சூழ்ந்திருந்ததால் அங்கு எப்பொழுதும் பற்பல ஓசைகள் எழுந்து கொண்டிருந்தன.

முசுக்கலை எனும் குரங்குகள் பலாப்பழங்களை உண்ணும். அதில் இருந்து வழிந்த தேனின் மணம் மலையைச் சுற்றியிருந்தது. வரையா மகளிர்கள் அடர்ந்த அலைகளில் விளையாடி மகிழும் தன்மையர் என்றும்அவர்கள்,

6 திருமுருகாற்றுப்படை, வரிகள். 227-244

விளையாடுகின்ற காரணத்தால் மலைகளில் மலர்ந்துள்ள மலர்கள் எல்லாம் தரையில் சிதறிக் கிடக்கும்.

யானைகள் தினைக்கதிரை உண்ண வருவதைப் பார்த்த கானவர்கள் துரத்தினர். குகைகளில் குடியிருக்கும் முள்ளம் பன்றிகள் திடீரென்று கானவர்களைத் தாக்கியன. அதனால் குறவர்களின் அழுகை ஒலியும் கேட்டது.

வேட்டையாடும் பொழுது புலிகள் குறவர்களின் மார்பில் தாக்கியது. அதனால் ஏற்பட்ட வலியைப் போக்க குறவ மகளிர் பாடுகின்ற ஒலியும் கேட்டது. குறவ மகளிர் 'புலி புலி' என ஒலி எழுப்பியதால் வேங்கைமரம் மலர்கள் பறிக்க வளைந்து கொடுத்தது.

சூலுற்ற பெண் யானைக்கு ஆண் யானை உணவு தேடி வருவதைப் பார்த்த புலி அந்த யானை மேல் பாய்ந்து விடுகிறது. அதனால் பெண் யானை பிளிறி தன் இனத்தோடு ஓலமிட்ட ஒலியும் கேட்டது.

குரங்குகள் கூட்டமாக இருக்கும் பொழுது பெண் குரங்கு தன் குட்டியை மறந்துவிட அக்குட்டி எழுப்புகின்ற ஒலியும் கேட்டது. ஆண் குரங்குகள் மூங்கிலின் மீது ஏறி தேன் உண்ட பின்னர் ஆரவாரம் செய்து ஒலி எழுப்பின.

பகைவருடைய சிற்றரண்களை வென்ற கானவர் மகிழ்ச்சியில் குறத்தியரோடு கள் உண்டு ஆரவாரம் செய்து குரவைக் கூத்தாடினர்.

மலைப்பகுதியில் அருவியின் ஒலியும், யானைப் பாகர்கள் காட்டாற்றில் தவறி விழும் யானையின் சினத்தைப் போக்கிப் பழக்கும் ஒலியும் கேட்டது.

முல்லை நிலத்திலிருந்து பிரிந்து வந்த எருதும், குறிஞ்சி நில காட்டெருமையும் ஒன்றுடன் ஒன்று போர் செய்தது. இதனைப் பார்த்த ஆயரும், குறவரும் வெற்றி கண்டு ஆரவாரம் செய்தனர்.

மலைகளில் உள்ள பலாப்பழங்களைத் தின்று அதன் கொட்டைகள் குவிந்து கிடந்தன. கன்று ஓட்டும் சிறுவர்கள் அக்கொட்டைகளை எறியும் ஒலியும், கரும்புச்சாறு எடுக்கும் ஒலியும், தினையைக் குற்றும் பெண்களின் வள்ளைப்

பாட்டும் கேட்டுக் கொண்டே இருந்தது.

சேம்பு, மஞ்சள் ஆகியவற்றைப் பன்றிகள் அழித்து விடாமல் இருக்கப் பறை கொட்டும் பழக்கம் இருந்தது. அதனால் எழுந்த ஒலியும் காதினைத் துளைத்தது.

இவ்வாறு நன்னனுடைய மலைப்பகுதி பல வளங்கள் நிறைந்ததாகக் காணப்பட்டது.

இதனை,

கலைதொடு பெரும்பழம் புண்கூர்ந்து ஊறலின்
மலைமுழுதுங் கமழு மாதிரந் தோன்றும்
அருவி நுகரும் வானர மகளிர்
....
மலைப்படு கடாஅ மாதிரத்து இயம்ப'[7]

என மலைப்படுகடாம் கூறுகின்றது. நன்னனின் மலைப்பகுதி மாதிரி புகைப்படம் இணையதளத்தில் உள்ளது. அதன் புகைப்படத்தைப் பின்னிணைப்பு–1 இல் காணலாம்.

முல்லை நில மக்கள்

காடும் காடு சார்ந்த இடமும் முல்லை என அழைக்கப்பட்டது. முல்லை நிலத்தில் மரஞ்செடி, கொடிகள் அடர்ந்து காணப்பட்டதால் நீர் தங்காமல் வழிந்தோடிக் கொண்டு இருந்தது. குன்றுகளையும், கரடுமுடான பகுதிகளையும் கொண்டது ஆகும்.

முல்லை நிலத்தில் வாழ்ந்த மக்களைக் கோவலர், ஆயர், இடையர், இடைச்சியர் என்ற பெயர்களால் அழைத்தனர். இவர்கள் ஆடு, மாடுகளை மேய்த்ததால் இப்பெயர் பெற்றனர். இவர்களின் தெய்வம் திருமால் ஆவார்.

குடியிருப்புகள்

முல்லை நிலத்து மக்கள் குடிசைகளில் வாழ்ந்தனர். குடிசைகள் குறுகிய கால்களால் வேயப்பட்டிருந்தது. அக்கால்களில் ஆட்டுக் குட்டிகள் தின்னுவதற்குரிய

7. மலைபடுகடாம், வரிகள். 292–348

தழைகளைக் கட்டியிருப்பார்கள். குடிசைகளின் வாயில்கள் சிறு தூறுகளால் அமைந்திருக்கும். கழிகளினால் கட்டப்பட்டக் கதவுகளைக் கொண்டது. வீட்டு முற்றங்களில் மாடுகளைக் கட்டி வைத்திருந்தனர். வெள்ளாடும், செம்மறியாடும் தங்குவதற்கு உரிய கிடைகளும் அவர்களிடம் காணப்பட்டன.

இதனை,

"செற்றை வாயில் செறிகழிக் கதவின்
கற்றை வேய்ந்த கழித்தலைச் சாம்பின்
அதளோன் துஞ்சும் காப்பின் உதள
நெடுந்தாம்பு தொடுத்த குறிந்தறி முன்றில்
கொடுமுகத்து உருவையொடு வெள்ளை சேக்கும்
இடுமுள் வேலி யெருப்படு வரைப்பின்
நன்னிருள் விடியல் புள் எழப் போகி"[8]

எனப் பெரும்பாணாற்றுப்படை கூறுகின்றது.

முல்லை நில மக்களின் குடியிருப்புகளைப் பத்துப்பாட்டு நூற்கள் உணர்த்துகின்றன.

மக்களின் செயல்கள்

ஆநிரைகளை ஓட்டும் ஆயர்கள் கையில் தடியை ஏந்தியிருந்தனர். காலில் செருப்புகளும், ஆநிரைகளுக்கான தழைகளைப் பறிப்பதற்கு ஏற்ற கோலும் அவர்களிடம் இருந்தது. உடல்களில் எப்பொழுதும் தழும்புகள் காணப்பட்டன. நீர் ஊற்றுகள் தோண்டுவதற்கான குந்தாலியும் வைத்திருந்தனர். இவர்கள் தோள்களிலும், தலையிலும் உறியினைக் கொண்ட காந்தண்டினால் பொருள்களைச் சுமந்து செல்வர். தலைமயிர்கள் பால் மணத்துடன் காணப்பட்டது. ஆடைகள் ஒற்றை ஆடையாக அழுக்குடன் காணப்பட்டது. இதனை,

'ஒன்று அமர் உடுக்கைக் கூழ்ஆர் இடையன்'[9]

எனப் பெரும்பாணாற்றுப்படை கூறுகின்றது.

காட்டுப்பகுதிகளில் பல வகையான மலர்கள்

8. பெரும்பாணாற்றுப்படை, வரிகள். 149-155
9 மேலது, வரி. 175

காணப்பட்டன. அவைகளுள் குருந்த மலர், கோடல் மலர், தாழைகள் போன்றவை குறிப்பிடத்தக்கவை ஆகும். இவைகளை மாலைகளாகவும் அணிந்து கொள்வார்கள். இதனை,

"...ஓங்கு மிசைக்
கோட்டவும் கொடியவும் விரைஇக் காட்ட
பல்பூ மிடைந்த படலைக் கண்ணி,"[10]

எனப் பெரும்பாணாற்றுப்படை கூறுகின்றது.

இதனால் முல்லை நில மக்களின் செயல்பாடுகள் எவ்வாறு அமைந்திருந்தன என்பதைத் தெரிந்து கொள்ள முடிகிறது.

இசைக்கருவிகள்

முல்லை நில மக்களின் இசைக்கருவி புல்லாங்குழல் ஆகும். இதனை ஊதுகருவி, சிறுகுழல், அம் தீம் குழல் என பலவகைப் பெயர்களால் அழைத்தனர். இதனை,

'ஆம்பல்அம் தீம்குழல் தெள்விளி பயிற்ற'[11]

என குறிஞ்சிப் பாட்டு கூறுகின்றது.

தொழில்கள்

ஆநிரைகளை மேய்ப்பது இவர்களின் முக்கியத் தொழில் ஆகும். இளங்கன்றுகளைத் தனியே தாயிடம் இருந்து பிரித்து அவற்றை மேய்ப்பர்.

இதனை,

'உறிக்கா ஊர்ந்த மறுப்படு மயிர்ச் சுவல்'[12]

எனப் பெரும்பாணாற்றுப்படை கூறுகின்றது.

உணவுகள்

முல்லை நில மக்களின் உணவுப் பொருள்கள் தினைச் சோறும், வரகுக் சோறும் ஆகும். பால், கூழ், இறைச்சி

10. பெரும்பாணாற்றுப்படை, வரிகள். 172-174
11. குறிஞ்சிப்பாட்டு, வரி.222
12. பெரும்பாணாற்றுப்படை, வரி.171

போன்றவற்றையும் உணவாக உண்டனர். அவர்களின் உணவுகளில் அவரைப் புழுக்கினையும் உண்டனர். இதனை,

"குறுந்தாள் வரகின் குறள்அவிழ்ச் சொன்றிப்
புகர்இணர் வேங்கை வீகண் டன்ன
அவரை வான்புழுக்கு அட்டிப் பயில்வுற்று
இன்சுவை மூரல் பெறுகுவிர் .... "[13]

எனப் பெரும்பாணாற்றுப்படை கூறுகின்றது.

முல்லை நிலம் பல வளங்களைக் கொண்டிருந்தது என்றும் அதனால் பலவகையான உணவுகளை உணவாக உட்கொண்டனர் என்பதையும் அறியலாம்.

மருதநில மக்கள்

முல்லைக்கு அடுத்த நிலப்பகுதி மருதம் ஆகும். மருதம் வயலும் வயல் சார்ந்த பகுதியும் ஆகும். மருத நிலத்தில் உழவர்குடி மக்கள் வாழ்ந்தனர். அவர்கள் உழவுத் தொழில் செய்தனர்.

குடியிருப்புகள்

மருதநில மக்களின் இல்லங்கள் வரகு, வைக்கோல் இவற்றால் வேயப்பட்டிருந்தன. வீடுகளின் அருகில் உருளைகளோடு கலப்பைகளும் சாத்தி வைத்திருந்தனர். முற்றங்களில் வரகு முதலிய தானியங்களைக் கொண்டு விளங்கும் குதிர்கள் காணப்பட்டன. மருதநில மக்களின் தெய்வம் இந்திரன் ஆவான். (சங்க காலத்தில் உள்ள குடியிருப்புகளின் மாதிரி வரைபடம் இணையதளத்தின் உதவியால் குறிக்கப்பட்டுள்ளது. பின்னிணைப்பு-2.)

மருத நிலச் செல்வங்கள்

மருத நிலத்தில் உள்ள இல்லங்களில் பழைய நெல்கள் எப்பொழுதும் இருந்து கொண்டே இருக்கும். அவ்வளவு செல்வ வளமைப் பொருந்தியது மருதநிலப் பகுதி ஆகும்.

13 பெரும்பாணாற்றுப்படை, வரிகள். 193-196

பசியை அறியாதார்

மருத நிலத்தில் உழவுத்தொழில் சிறப்பாக நடைபெற்றதால் அங்குள்ள மக்கள் பசியை அறியாதவர்களாக இருந்தனர். சிறு குழந்தைகள் தாயின் மார்பில் பால் உண்டு படுக்கையில் துயிலுவர். மருதநில மக்கள் உணவில் எந்த ஒரு குறைபாடும் இல்லாமல் வளமையோடு வாழ்ந்தனர் என அறியலாம். இதனை,

"தொல்பசி அறியாத் துளங்கா இருக்கை
மல்லல் பேரூர் மடியின் மடியா"[14]

எனப் பெரும்பாணாற்றுப்படை கூறுகின்றது

நீர்வளம்

மருத நிலம் நீர்வளத்தில் சிறப்பாகத் திகழ்ந்தது. அங்கு நீர் அருந்துவதற்கு ஏற்ற நல்ல குளங்கள் காணப்பட்டன. அது மட்டும் அல்லாது பாசிபடர்ந்த பொய்கைகளும் இருந்தன. இவ்வகைச் சிறுகுளத்தை 'ஊருணி' என்றும் கூறுவர்.

நீர்வளத்தினால் காஞ்சி, மருதம் முதலிய மரங்கள் உயர்ந்து வளர்ந்திருந்தன. விளை நிலங்களோடு பொழில்களும், பள்ளிகளும், இடைச்சேரிகளும் காணப்பட்டன. இதனை,

"புல்லரைக் காஞ்சிப் புனல்பொரு புதவின்
மெல்லவல் இருந்த ஊர்தொறும் நல்யாழ்ப்
பண்ணுப் பெயர்த் தன்ன காவும் பள்ளியும்
பன்னாள் நிற்பினும் சேந்தனிர் செலினும்
நன்பல உடைத்து அவன் தண்பணை நாடே"[15]

என மலைபடுகடாம் கூறுகின்றது.

மருத நிலத்தில் நீர்வளம் செழிப்பாக இருந்ததால் உழவுத்தொழில் நல்ல முறையில் நடைபெற்றது. இதனை மலைப்படுகடாம் தெரிவிக்கின்றது.

14. பெரும்பாணாற்றுப்படை, வரிகள். 253 - 254
15 மலைபடுகடாம், வரிகள். 449-453.

மருத நிலச் சிறுவர்கள்

இங்குள்ள சிறுவர்கள் நீர்முள்ளிப்பூவையும், நெய்தல் பூவையும் மாலையாக அணிந்தனர். சம்பங்கோரையின் தாதுவை தங்களுடைய மார்பில் பூசிக்கொள்வார்கள். இதனைத் தவிர அவலையும் உண்டு மகிழ்ச்சியுற்றனர். இதனை,

'அவல்எறி உலக்கைப் பாடுவிறந்து அயல'[16]

என பெரும்பாணாற்றுப்படை கூறுகின்றது. எனவே மருத நிலச் சிறுவர்கள் மகிழ்ச்சியோடு வாழ்ந்தனர் என்பதை அறியலாம்.

மருத நில ஊர்கள்

சிற்றூர், பேரூர் என இரண்டும் மருத நிலத்தில் காணப்பட்டது. இங்குள்ள ஊர்களில் கோயில்களும், சேரிகளும், தெருக்களும் காணப்பட்டன.

நெய்தல் நில மக்கள்

கடலும் கடல் சார்ந்த இடமும் 'நெய்தல்' என அழைத்தனர். இங்குள்ள மக்கள் தாங்கள் வாழும் ஊர்களை பாக்கம், சிறுகுடி என்று அழைத்தனர். இவர்களின் தெய்வம் வருணன் ஆவான்.

குடியிருப்புகள்

நெய்தல் நில மக்களின் குடியிருப்புகள் வஞ்சி, காஞ்சி மரங்களின் கம்புகளால் கட்டப்பட்டிருந்தன. தாழை நாரால் கட்டித் தருப்பைப் புல்லால் கூரை வேயப்பட்டிருக்கும். இவர்களின் வீடுகளில் முன்புறம் மீன்பிடிக்கும் வலைகள் காணப்பட்டிருக்கும். பரதவர்கள் வலைகளை வெயிலில் உலர்த்தவும் செய்வர். புன்னைமரத்தின் கிளையால் அமைந்த பந்தல்கள் நெய்தல் நிலப் பகுதியில் ஆங்காங்கே காணப்படும்

இங்குள்ள மக்களைப் பரதவர், வலைஞர், திமிலோன், நுளையர் என்று பல பெயர்களால் அழைத்தனர். இதனை,

16 பெரும்பாணாற்றுப்படை, வரி. 226

'குறிஞ்சி பரதவர் பாட நெய்தல்'[17]

எனப் பொருநராற்றுப்படை கூறுகிறது.

மேலும்

'வலைஞர் முன்றில் மீன் பிறழவும்'[18]

எனப் பட்டினப்பாலை கூறுகிறது.

சங்க காலத்தில் நெய்தல் நில மக்களுக்குப் பல பெயர்கள் வழங்கப்பட்டதை அறிய முடிகிறது.

நெய்தல் நிலப் பெண்கள்

இங்குள்ள மகளிர் பரத்தியர், உமட்டியர், நுளையர் என அழைக்கப்பட்டனர். இதனை,

'நுதிவேல் நோக்கின் நுளைமகள் அரித்த'[19]

எனச் சிறுபாணாற்றுப்படை கூறுகிறது.

மேலும்

'உளர்இயல் ஐம்பால் உமட்டியர் ஈன்ற'[20]

எனச் சிறுபாணாற்றுப்படை கூறுகிறது.

நெய்தல் மகளிருக்கு உரிய பெயர்கள் பத்துப்பாட்டில் பல இடங்களில் குறிப்பிடப்பட்டுள்ளது.

தொழில்கள்

நெய்தல் நில மக்கள் மீன்பிடித்தல், உப்பெடுத்தல், மீன் உணக்குதல் காயவைத்தல் போன்ற தொழில்கள் செய்தனர். கடல் வாணிபத்திலும் ஈடுபட்டிருந்தனர். மேலும் முத்துக்குளித்தல், சங்கு அறுத்தல் தொழிலையும் செய்தனர்.

பாலை நிலம்

பாலை என்பது வெற்றிடம் ஆகும். இது தனிநிலம் அன்று. குறிஞ்சி, முல்லை, மருதம், நெய்தல் என்ற நான்கு

17 பொருநராற்றுப்படை, வரி. 218
18 பட்டினப்பாலை, வரி. 197
19 சிறுபாணாற்றுப்படை, வரி.197
20 மேலது, வரி.60

நிலப்பகுதிகளும் வளம் இழந்து காணப்பட்ட போது பாலை என அழைத்தனர்.

சுரம்

பாலையில் வெயிலின் மிகுதியால் மரம், செடி, கொடி முதலியவைகள் காய்ந்து காணப்படும். விலங்குகள் உணவும் நீரும் இல்லாது ஓய்ந்து காணப்படும். இதனைச் சுரம் என்று அழைத்தனர். இதனை,

'அருஞ்சுரம் இறந்த அம்பா.....'[21]

எனப் பெரும்பாணாற்றுப்படை கூறுகிறது.

பாலை நில குடியிருப்புகள்

பாலை நிலத்தில் வாழும் மக்கள் மறவர், எயினர் எனப்பட்டனர். இவர்கள் வாழும் ஊர் 'குறும்பு' எனப்படும். இம் மக்களின் குடிசைகள் ஈந்தின் இலையால் வேயப்பட்டிருக்கும். குடிசைகளில் வில்லும், அம்பும் காணப்படும். வீடுகளில் நாய்களையும் வளர்த்தனர். எனவே இவர்கள் வீடுகளை யாருமே நெருங்க முடியாது.

இவர்கள் வாழும் ஊரைச் சுற்றிலும் முட்களால் அமைந்த வேலிகளும், காவற்காடும் அமைந்திருந்தன.

இதனை,

"நீள்அரை இலவத்து அலங்குசினை பயந்த
பூளைஅம் பசுங்காய் புடைவிரிந் தன்ன
வரிப்புற அணிலொடு கருப்பை ஆடாது
யாற்றுஅறல் புரையும் வெரிநுடைக் கொழுமடல்
வேல்தலை அன்ன வைந்நுதி நெடுந்தகர்
ஈத்துஇலை வேய்ந்த எய்ப்புறக் குரம்பை"[22]

எனப் பெரும்பாணாற்றுப்படை வரிகள் கூறுகிறன.

பாலை நிலக் குடியிருப்புகள் வளமைப் பொருந்தியதாகக் காணப்படவில்லை. மேலும் பாலை என்பது தனி நிலம் என்றும் குறிப்பிட்டுள்ளதையும் அறியலாம்.

21 பெரும்பாணாற்றுப்படை, வரி. 117
22 பெரும்பாணாற்றுப்படை, வரிகள். 83-88

மறவர்கள்

பாலை நிலத்தில் வாழும் மறவர்கள் உடல் வலிமை படைத்தவர்களாகக் காணப்பட்டனர். வளர்ந்த மயிரினை உடையவர்களாகவும் இருந்தனர். தாடியையும் வைத்திருந்தனர். இவர்களின் ஆடைகள் செந்நிறம் கொண்டது. காலில் எப்பொழுதும் செருப்பு அணிந்திருந்தனர். இதனை,

'தகைந்த கோதை தாரொடு பொலிய'[23]

என மதுரைக்காஞ்சி கூறுகிறது.

தொழில்கள்

வேட்டையாடுதல், வழிப்பறி செய்தல், ஆநிரைகளைக் கவர்தல், வழியில் வருபவர்களைத் துன்பப்படுத்துதல் முதலியன இவர்களது தொழில்களாகும்.

பாலை நில மகளிர்

பாலை நில மகளிர் எயிற்றியர் எனப்படுவர். இவர்கள் கரம்புகளில் எறும்பு சேர்த்து வைத்திருக்கும் புல்லரிசியை எடுத்து வருவர். மகடு ஈன்ற மகளிர் மான் தோல் படுக்கையில் அமரச் செய்வர். ஆழ்ந்த கிணற்றில் இல்லூற்றாக ஊரும் நீரை முகந்து வருவர்.

ஊன் முதலியவற்றை உப்புக்கண்டம் செய்து சமைப்பர். உடும்புக் கறியையும், தினையில் இருந்து எடுத்த கள்ளையும் உண்ணுவர். இதனை,

"களர்வளர் ஈந்தின் காழ்கண் டன்ன
சுவல்விளை நெல்லின் செவ்அவிழ்ச் சொன்றி
ஞமலி தந்த மனவுச்சூல் உடும்பின்"[24]

எனப் பெரும்பாணாற்றுப்படை கூறுகின்றது.

❖❖❖

23 மதுரைக் காஞ்சி, வரி 265
24 பெரும்பாணாற்றுப்படை, வரிகள். 130-132

3. மக்களின் வாழ்வியல் முறைகள்

குறிஞ்சி, முல்லை, மருதம், நெய்தல், பாலை ஆகிய நானிலத்து மக்களும் நிலங்களின் அடிப்படையிலேயே தங்கள் வாழ்க்கை முறைகளை அமைத்துக் கொண்டனர். ஒவ்வொரு நிலத்து மக்களிடையிலும் வாழ்வியல் முறைகள் வேறுபட்டு காணப்பட்டன. நீர் வசதிக்காகக் காட்டுச் சுனைகளின் அருகிலும், ஆற்றோரங்களிலும், வயல் பக்கங்களிலும், கடற்கரையின் அருகிலும் தங்கள் இருப்பிடங்களை அமைத்துக் கொண்டனர். மனிதனின் தேவைகள் எங்கெல்லாம் இருக்கின்றதோ அங்கெல்லாம் சென்று குடியிருப்புகளை அமைத்துக்கொண்டனர்.

ஊர்கள்

சங்க காலத்தில் சிற்றூர், பேரூர் என இரண்டு பிரிவுகள் இருந்தன. சிற்றூரில் வாழும் மக்கள் முள் வேலிகளை அமைத்துக் கொண்டார்கள். பேரூரில் வாழும் மக்கள் தங்களுடைய ஊர்களுக்குப் பாதுகாவலாக அரண்களை அமைத்துக் கொண்டனர். பேரூரில் நுழைவாயில் பெரிதாக இருந்தது. மக்களும், யானை, குதிரை முதலிய விலங்குகளும், தேரும், வண்டியும் வந்து செல்வதால் வாயில் பெரிதாகக் காணப்பட்டது. அங்க பழமையான வளமான ஊர்களும், ஓங்கிய மாட மாளிகைகளும், ஆறுபோல் அகன்ற தெருக்களும் காணப்பட்டது.

தெருக்கள்

அக்காலத்தில் தெருக்கள் மிக நீளமாகக் காணப்பட்டன. தெருக்கள் ஆறுகள் நீளமாக இருப்பதுபோல அமைந்திருந்தன.

இதனை,

'யாறுகிடந் தன்ன அகல் நெடுந் தெருவில்'[1]

என மதுரைக்காஞ்சி கூறுகிறது.

1 மதுரைக் காஞ்சி, வரி. 359

பல தொழில் செய்யும் மக்களும் ஒன்றாகத் தெருக்களில் குழுமி இருந்தனர்.

இன்றைய காலத்திலும் தெருக்கள் காணப்படுகின்றன.

மாடமாளிகைகள்

மாடங்கள் மிக உயரமாக மலையைப் போன்று காணப்பட்டன. மேகங்கள் மாடங்களில் தவழ்வதாகக் கூறப்படுகிறது. இதனை,

'மழை தோயும் உயர் மாடத்து'[2]

எனப் பட்டினப்பாலை கூறுகிறது.

சாளரங்கள் தென்றல் காற்று புகுவதற்கு வசதியாக அமைந்திருந்தது. மாடமாளிகைகள் காற்றோட்டத்துடன் மக்கள் வாழ்வதற்கு வசதியாக வடிவமைக்கப்பட்டிருந்தது. இதனை,

'நேர்வாய்க் கட்டளை திரியாது திண்நிலை'[3]

என நெடுநல்வாடை கூறுகிறது.

இம்மாடங்களின் மேலிருந்து திருவிழாக்கள் நடைபெறுவதைக் கூட காணலாம். இவ்வாறு பலப் பல வசதிகளுடனும் மாட மாளிகைகள் அமைக்கப் பட்டிருந்தன. இதனை,

"ஒண்குழை திகழும் ஒளிகெழு திருமுகம்
திண்காழ் ஏற்ற வியல்இரு விலோதம்
தெண்கடல் திரையின் அசை வளி புடைப்ப
நிரைநிலை மாடத்து அரமியம் தோறும்
மழைமாய் மதியின் தோன்றுபு மறைய"[4]

என மதுரைக்காஞ்சி கூறுகிறது.

இதன் மூலம் சங்ககால மக்கள் நாகரீக வாழ்க்கை வாழ்ந்திருந்தனர் என்பதை அறியலாம்.

2 பட்டினப்பாலை, வரி. 145
3 நெடுநல்வாடை, வரி. 62
4 மதுரைக்காஞ்சி, வரிகள். 448–452

அரண்மனைகள்

சங்க காலத்தில் மன்னர்கள் ஆட்சி நடைபெற்றதால் அவர்கள் வாழும் உறைவிடத்தை 'அரண்மனை' என்று அழைத்தனர். அரண்மனையில் அரசனுக்கு உரிய அந்தப்புரம் இருந்தது. அத்துடன் அரண்மனையில் ஆங்காங்கே பாவை விளக்குகளும் வைத்திருந்தனர்.

பரத்தையரின் வாழ்க்கை

சங்க காலத்தில் பரத்தையர்கள் இருந்தனர். பரத்தையரை 'வரைவின் மகளிர்' என்றும் அழைத்தனர். இப்பெண்கள் யாழ் இசைக்கலையில் சிறந்தவர்கள். இவர்கள் பிறரைக் கவரும் வகையில் தங்களை அலங்காரம் செய்து கொள்வார்கள்.

ஆடவர்களை வஞ்சனையாகப் புகழ்ந்து அவர்களின் செல்வங்களைப் பெற்றுக் கொள்ளும் பெண்களே இப்பரத்தையர் ஆவர். அவர்களின் செல்வம் அனைத்தையும் பறித்த பின்னர் பழுத்த மரத்தை நாடிச் செல்லும் பறவை போல மேலும் பொருள் தரும் பிறரை நாடிச் செல்வர்.

ஆயினும் சங்க காலத்தில் ஆண்கள் பிற பெண்களை நாடிச் செல்வதை தவறாகக் கருதவில்லை என்றும் உணர முடிகிறது. இப்பெண்டிர் ஊர்களில் வசிப்பதற்கு அக்காலத்தில் அனுமதியும் அளித்தனர். இதனை,

"ஏழ்புணர் சிறப்பின் இன்தொடைச் சீறியாழ்
தாழ்பெயல் கனைகுரல் கடுப்பப் பண்ணுப் பெயர்த்து
....
மணம்கமழ் மனைதொறும் பொய்தல் அயர"[5]

என மதுரைக்காஞ்சி கூறுகின்றது.

தொல்காப்பியர் காலத்திலும் பரத்தையரிடம் ஆண்கள் செல்வது தவறாகக் கருதப்படவில்லை. இதனை,

"பரத்தை வாயில் நால்வர்க்கும் உரித்தே
நிலத்திரி பின்ற ஃதென்மனார் புலவர்"[6]

எனத் தொல்காப்பியம் பொருளியல் கூறுகிறது.

5 மதுரைக்காஞ்சி, வரிகள். 559-589
6 தொல்காப்பியம், பொருளியல், நூற்பா. 220

செல்வந்தர்களின் நிலை

செல்வந்தர்கள் நல்ல பட்டாடைகளை அணிந்திருந்தனர். இவர்கள் தேரில் செல்லும் பொழுது சந்தனம் பூசிக்கொண்டும், கழுநீர் மாலை அணிந்து கொண்டும் சென்றனர். ஆடவரும், பெண்களும் ஆற்றுக்குச் சென்று புதுப்புனல் ஆடி மகிழ்ந்தனர். பொழில்களில் உலாவியும், உறைந்தும், உண்டும், தின்றும், மது அருந்தியும் இன்பமாக வாழ்ந்தனர். இவைகள் செல்வ சீமான்களின் ஆடம்பர வாழ்க்கையை விளக்குகிறது.

அழகுக்கலை

பெண்கள் அழகுக்கலையில் அதிக ஆர்வம் உள்ளவர்களாகக் காணப்பட்டனர். தங்களைச் சுத்தமாக வைத்துக் கொள்வதுடன் சுற்றுப்புறத்தையும் அழகாக வைத்துக் கொண்டனர். 'சுத்தம் சோறு போடும்' என்ற பழமொழிக்கு இணங்க பெண்கள் சுத்தமாக வைத்துக்கொண்டனர். இதனை

'மென்பூஞ் செம்மலோடு நன்கலம் சீப்ப'[7]

என மதுரைக்காஞ்சி கூறுகிறது.

பெண்களின் அலங்காரம்

பெண்கள் இயற்கையாகவே தங்களையும் அழகுப்படுத்திக் கொள்ள வேண்டும் என்பதில் அதிக அக்கறை செலுத்துவார்கள்.

சுண்ணம்

சுண்ணம் என்பது பலவகையான நறுமணப் பொருள்களைச் சேர்த்து இடிக்கும் பொடி ஆகும். இதனை இடிக்கும் பொழுது பாட்டுப்பாடிக் கொண்டே இடிப்பது பண்டைக்கால இள மகளிர்க்கு உரிய பெருவழக்காக இருந்தது. இதனை,

7 மதுரைக் காஞ்சி , வரி. 685.

'பலர்தொகுபு இடித்த தாதுஉகு சுண்ணத்தார்'[8]

என மதுரைக்காஞ்சி கூறுகிறது.

சுண்ணம் என்பது பெண்கள் விரும்பிப் பயன்படுத்தும் நறுமணப் பொடியாக இருந்ததைப் பத்துப்பாட்டு நூற்கள் நினைவூட்டுகிறன.

செல்வப் பெண்டிரின் நறுமணப் பொருள்கள்

அரண்மனையில் வாழும் அரச மகளிரும், மாளிகைகளில் வாழும் செல்வப் பெண்டிரும், மாதவி போன்ற நாடகக் கணிகையரும் கோட்டம், துருக்கம், தகரம், அகில், சந்தனம் எனும் ஐவகை நறுமணப் பொருள்களும் நாவல், கடு, நெல்லி, தான்றி, ஆல், அரசு, அத்தி, முத்தக்காசு அல்லது கருங்காலி, மாந்தளிர் எனும் பத்துவகை துவரும், இலவங்கம், பச்சிலை, கச்சோலம், ஏலம், நாகணம், கோட்டம், நாகாம், மதாவரிசி, தக்கோலம், நன்னாரி, வெண்கோட்டம், காசறை, வேரி, இலாமிச்சம், கண்டில், வெண்ணெய், துத்தம், வண்ணக்கச்சோலம், அரேணுகம், மாஞ்சி, சயிலேகம், புழுகு, புன்னை, நறுந்தாது, புலியுகிர், தமாலம், வகுளம், புதுமுகம், நுண்ணேலம், கொடுவேரி என்னும் முப்பத்திருவகை ஓமாலிகையும் ஊற வைத்த நன்னீரில் குளித்தனர்.[9] இதனால் அவர்கள் மேனி சுத்தமாகவும், அழகாகவும் இருந்தது.

இதனை,

பத்துத் துவரினும், ஐந்து விரையினும்
முப்பத்து இருவகை ஓமாலிகையினும்
ஊறின நன்னீர்

(சிலப். கடலா 77-79)

நீராடுதல்

பெண்கள் குளிர்ந்த நீரில் நீராடியதாகப் பண்டைய இலக்கியங்கள் தெரிவிக்கின்றன. குளிப்பதற்கு வெந்நீர் பயன்படுத்தியதாகத் தெரியவில்லை. குளித்து முடித்த பின்னர் தங்கள் கூந்தலை நன்கு உலர வைத்தனர். இதனை,

8 மதுரைக் காஞ்சி, வரி. 399

9 பண்டைத்தமிழ் நாகரிகமும் பண்பாடும், பக். 31. ஞா. தேவநேயப்பாவணர்.

"பொன்றிமணியின் சிறுபுறம் தாழ்ந்த எம்
பின்இரும் கூந்தல் பிழிவனம் துவரி"[10]

எனக் குறிஞ்சிப்பாட்டு கூறுகின்றது.

கூந்தல் உலர்த்தும் முறை

பெண்கள் குளித்தவுடன் தங்களின் எண்ணெய் தடவியக் கூந்தலில் மயிர்ச்சாந்து பூசி, அதன் ஈரம் புலரும்படியாக விரலால் கோதுவர். பின்னர் அகிற்புகையும் ஊட்டுவர். இதனை,

"எண்ணெய் நீவிய சுரிவளர் நறுங்காழ்த்
தண்நறும் தகரம் கமழ மண்ணி
ஈரம்புலர விரல் உளர்ப்பு அவிழாக்
காழ்அகில் அம்புகை கொளீஇ ...."[11]

எனக் குறிஞ்சிப்பாட்டு கூறுகிறது.

இக்காலப் பெண்களும் குளித்த பின்னர் தங்களுடைய கூந்தலில் சாம்பிராணி புகைப்பது சங்ககால மக்களைப் பின்பற்றி வந்த பழக்கமாகக் கருதலாம்.

தலைமுடி அலங்காரம்

ஆண், பெண் ஆகிய இருபாலரும் தங்கள் கூந்தலை அதிகமாகப் பேணினர். வாசனை மிக்க எண்ணெய்களைத் தேய்த்து முடிகளைப் பராமரித்தனர்.

பெண்கள் தங்கள் கூந்தலை ஐந்து வகையாக அலங்காரம் செய்தனர். இதற்கு 'ஐம்பால்' என்றும் வழங்கப்பட்டது. அவை கொண்டை, குழல், பனிச்சை , முடி, சுருள் முதலியன ஆகும். இதனை

'நறுமலர் அணிந்த நாறுஇரு முச்சி'[12]

என மலைப்படுகடாம் கூறுகிறது.

10 குறிஞ்சிப் பாட்டு, வரிகள். 50-60
11 மேலது. வரிகள். 107-110
12 மலைபடுகடாம், வரி. 182

விறலி ஒருத்தியின் பின்னல் பெண் யானையின் கைபோல் உள்ளது என்று சிறுபாணாற்றுப்படை கூறுகின்றது. இதனை,

"உரன்கெழு நோன் பகட்டு உழவர் தங்கை
பிடிக்கை அன்ன பின்னுவீழ் சிறு புறத்து"[13]

எனச் சிறுபாணாற்றுப்படை கூறுகின்றது.

இன்று பெண்கள் செய்கின்ற கூந்தல் அலங்காரத்திற்கு மூலகாரணம் சங்ககாலப் பெண்களே முக்கியக் காரணமாகத் திகழ்ந்துள்ளார்கள்.

மலரணிதல்

ஆண், பெண் ஆகிய இருபாலரும் மலரணிதலில் அதிக ஆர்வம் கொண்டிருந்தனர். பல நிறங்களை உடைய பல்வேறு வடிவங்களைக் கொண்ட மலர்களைத் தேர்ந்தெடுத்து மாலை கட்டி அணிந்தனர். தாழம்பூவின் மடலை நாராகக் கொண்டும், மரநார் முதலியவற்றைக் கொண்டும் தொடையல், கண்ணி போன்றவற்றைக் கட்டி மகிழ்ந்தார்கள். இதனை,

"மலையவும் நிலத்தவும் சினையவும் சுனையவும்
வண்ண வண்ணத்த மலர்ஆய்பு விரைஇய
தண்நறும் தொடையல் வெண்போழக் கண்ணி
நலம்பெறு சென்னி நாம்உற மிலைச்சிப்
பைங்கால் பித்திகத்து ஆய்இதழ் அலரி"[14]

எனக் குறிஞ்சிப்பாட்டு கூறுகின்றது.

மாலைகள் கட்டுதல்

பல வகையான மலர்களைப் பறித்துப் பாறையின் மேல் குவித்து அதனை மாலைகளாகக் கட்டினர். 99 மலர்களின் பெயர்களைக் குறிஞ்சிப் பாட்டில் கூறியுள்ளார். இதனை,

".....வள் இதழ்
ஒண்செங் காந்தள் ஆம்பல், அனிச்சம்
தண்கயக் குவளை, குறிஞ்சி, வெட்சி
....

13 சிறுபாணாற்றுப்படை, வரிகள். 190-191
14 குறிஞ்சிப்பாட்டு, வரிகள் 113-117

மாஇருங் குருந்தும் வேங்கையும் பிறவும்
அரக்குவிரித் தன்ன பருஏர்அம் பழகுடன்"[15]

எனக் குறிஞ்சிப்பாட்டு கூறுகின்றது.

அழகுபடுத்துதல்

ஆடவர்கள் மார்பில் சந்தனம் பூசுதலும், மகளிர் கத்தூரி முதலியவற்றினால் அரைக்கப்பெற்ற வாசனைக் குழம்பை மயிருக்கு அணிதலும் வழக்கமாக இருந்தது. இதனை,

"நல்நெடுங் கூந்தல் நறுவிரை குடைய
நரந்தம் அரைப்ப நறுஞ்சாந்து மறுக
மென்நூற் கலிங்கம் கமழ்புகை மடுப்பப்"[16]

என மதுரைக் காஞ்சி கூறுகின்றது.

அக்காலத்தில் ஆண்களும், பெண்களும் தன்னுடைய அழகைப் பேணுவதற்கு அதிக ஆர்வம் கொண்டிருந்தனர் என்பதை அறியலாம்.

இவ்வாறு சங்ககால மக்கள் படிப்படியாக நாகரிக வாழ்க்கைக்கு வந்தனர் எனக் கூறலாம். மக்கள் தங்களுடைய இருப்பிடத்தை நேர்த்தியாக வைத்ததுடன் தங்கள் உடலையும் நன்கு ஒப்பனை செய்து கொண்டனர்.

உணவு

மனிதன் உயிர் வாழ்வதற்கு உணவு இன்றியமையாத ஒன்றாகும். உண்ணும் உணவு சுத்தமாகவும், சத்துள்ளதாகவும் இருந்தால்தான் நோய் இல்லாமல் வாழ முடியும். இதை சங்க கால மக்கள் மனதில் கொண்டு சத்தான சுத்தமான உணவை உண்டிருக்கிறார்கள். தான் உண்ணும் உணவை மற்றவர்களையும் உண்ணச் செய்து விருந்தோம்பும் பண்பிலும் சிறப்புற்று இருந்தனர்.

15 மேலது, வரிகள். 62-96
16 மதுரைக்காஞ்சி, வரிகள். 552-554

உணவு வகைகள்

மனிதனுக்கு ஆடை, அணிகலன்களை விட மேலாகக் கருதப்படுவது உணவு ஆகும். ஒவ்வொரு நிலத்தில் விளையும் தானியங்கள், கீரைகள், காய்கள், கிழங்கு போன்றவைகளை அந்தந்தப் பகுதி மக்களும் உண்டனர்.

காட்டில் வாழும் மக்கள் பன்றி, மான் முதலியவற்றை உணவாக உண்டனர். கடற்கரைப் பகுதிகளில் உள்ளவர்கள் மீன் முதலியவையும், ஆறு, குளம் போன்றவற்றின் அருகில் வசித்தவர்கள் நத்தைகள், மீன்கள் முதலியவற்றையும் உணவாக உண்டனர்.

நெல் அக்காலத்தில் முக்கிய உணவு தானியம் ஆகும். இதனை,

'தெரி கொள் அரிசித் திரன் நெடும் புழுக்கல்"[17]

எனப் பெரும்பாணாற்றுப்படை கூறுகின்றது. அக்கால மக்கள் செந்நெல், வெண்ணெல், மலைநெல், வரகு, தினை முதலியவற்றை உணவாக உண்டனர்.

தானியங்களில் உள்ள உமியும், தவிடும் போக்கி குத்தி உண்டனர். பல்வேறு வகையான காய்கறிகளைச் சேர்த்து கூட்டாஞ்சோறும் சமைத்து உண்டனர். இதனை,

"இருங்காழ் உலக்கை இரும்புமுகம் தேய்த்த
அவைப்புமாண் அரிசி அமலை வெண்சோறு."[18]

எனச் சிறுபாணாற்றுப்படை கூறுகின்றது.

சோறு வகைகள்

சங்க கால மக்கள் உணவு சமைப்பதில் அதிக ஆர்வம் காட்டியிருந்தனர் எனவே விதவிதமான உணவுகளைத் தயாரித்து உண்டனர். இதனை, பத்துப்பாட்டு பல இடங்களில் அறிவுறுத்துகிறது.

17 பெரும்பாணாற்றுப்படை, வரி. 474
18 சிறுபாணாற்றுப்படை, வரிகள். 193-194

சோற்றுடன் இறைச்சி கலந்து சாப்பிடும் பழக்கம் காணப்பட்டது. உழுந்து, அவரை முதலிய பருப்பு வகைகளைக் கலந்து செய்யும் கலவைச் சோறுகளும் அறிந்திருந்தனர். புளியைக் கலந்து செய்யும் புளிச்சோறும், தயிரைக் கலந்து செய்யும் தயிர் சோறும் செய்து பண்டைய மக்கள் உண்டனர். புளி, தயிர் கலந்த சோற்றுடன் மாமிசத்தைக் கலந்தும் ஆக்குவது உண்டு. இதனை,

'எயிற்றியர் அட்ட இன்புளி வெஞ்சோறு'[19]

எனச் சிறுபாணாற்றுப்படை கூறுகிறது.

சோற்றிற்கு வழங்கப்பட்ட பெயர்கள்

சோற்றினை வல்சி, சொன்றி, மிதவை, டேசில், புன்கம், சொன்றி, துழவை, கூழ் எனப் பல்வேறு பெயர்களால் அழைத்தனர். இவைகள் அனைத்தும் வெவ்வேறு வகையான சோற்றிற்கு வழங்கப்பட்ட பெயர்கள் ஆகும். இதனை,

"சுவல்விளை நெல்லின் செவ் அவிழ்ச் சொன்றி"[20]

எனப் பெரும்பாணாற்றுப்படை கூறுகிறது.

மேலும்

"பனுவலின் வழாஅப் பல்வேறு அடிசில்"[21]

எனச் சிறுபாணாற்றுப்படை கூறுகிறது.

நம்முடைய முன்னோர்கள் சமையல் செய்வதற்கு நமக்கு இன்று முன்னோடியாக விளங்குகிறார்கள்.

கூழ்

பழங்காலத்தில் கூழ் முக்கிய உணவாகக் கருதப்பட்டது. அதன் சூடு நீங்குவதற்கு நன்றாக வாயகன்ற பாத்திரத்தில் வைத்து ஆற்றியிருக்கிறார்கள். இதனை,

"அவையா அரிசி அம்களித் துழவை
மலர்வாய்ப் பிழாவில் புலர ஆற்றி"[22]

எனப் பெரும்பாணாற்றுப்படை கூறுகின்றது.

---

19 சிறுபாணாற்றுப்படை, வரி. 175
20 பெரும்பாணாற்றுப்படை, வரி. 131
21 சிறுபாணாற்றுப்படை, வரி. 241
22 பெரும்பாணாற்றுப்படை, வரிகள். 275 - 276

இன்றைய காலங்களிலும் கூழ் மக்களால் விரும்பி உண்ணும் உணவாகக் கருதப்படுகிறது. அம்மனுக்குக் கூழ் ஊற்றுவது இன்றைய மரமாக கருதப்படுகிறது. நம்முடைய மூதாதையர்கள் கூழினை உணவாகப் பயன்படுத்தியதால் தான் இன்று நாமும் அதனை ஏற்றுக்கொள்ள முடிகிறது.

பழஞ்சோறு

பழஞ்சோறு உடலில் குளிர்ச்சியை ஏற்படுத்தும் தன்மையது. எனவே பழங்கால மக்கள் அதனை விரும்பி உண்டனர். கள்ளைக் குடித்த மயக்கம் நீங்குவதற்கும் பழஞ்சோற்றினை உண்டனர். இன்றும் கிராமப்புறங்களில் விவசாயிகள் பழஞ்சோற்றை விரும்புகின்றனர்.

கறிவகைகள்

காட்டுக்கோழி, காடை, உடும்பு, முயல் போன்றவற்றின் இறைச்சியால் பல வகையான கறி செய்து உண்டனர். மேலும் ஆடு, கடமான், மான், பன்றி, முள்ளம் பன்றி, கோழி போன்றவைகளை உணவாக உண்டனர். இவற்றின் இறைச்சியை வேக வைத்தும், நெய்யில் இட்டுப் பொரித்தும், சூட்டுக் கோலில் கோத்துத் தீயில் சுட்டும் பக்குவமாக உண்டனர். இதனை,

'வருவிசை தவிர்த்த கடமான் கொழுங் குறை'[23]

என மலைப்படுகடாம் கூறுகிறது.

மேலும்,

"ஈர்ஞ்சேறு ஆடிய இரும்பல் குட்டிப்
பல்மயிர்ப் பிணவொடு பாயம் போகாது
நெல்மா வல்சி தீற்றி பல்நாள்
குழிநிறுத்து ஓம்பிய குறுந்தாள் ஏற்றைக்
கொழுநிணத் தடியொடுகூர்நறாப் பெறுகுவிர்"[24]

எனப் பெருபாணாற்றுப்படை கூறுகின்றது.

23 மலைப்படுகடாம், வரி. 175
24 பெரும்பாணாற்றுப்படை, வரிகள், 341 - 345

அக்கால மக்கள் கறிவகைகளை விரும்பி சமைத்து உண்டனர் என்பதை அறியலாம்.

நெய், வெண்ணெய்

நெய், வெண்ணெய் போன்றவற்றைச் சங்க கால மக்கள் எல்லா உணவுகளிலும் சேர்த்துக்கொண்டனர். இதனை,

'பரூஉக்குறை பொழிந்த நெய்க்கண் வேவையொடு'[25]

என மலைபடுகடாம் கூறுகிறது.

தசைகளை நெய்யில் பொரித்து அத்துடன் தினைச்சோறும் உண்டனர்.

சுட்டுத் தின்னும் பழக்கம்

நத்தை, ஆமை, மீன், உப்புக்கண்டம் போன்றவற்றை சுட்டுத் தின்னும் பழக்கம் பழங்காலத்தில் இருந்தது. இதனை,

"கடலிறவின் சூடு தின்றும்
வயல் ஆமை புழுக்குண்டும்"[26]

எனப் பட்டினப்பாலை கூறுகின்றது.

இப்பொழுதும் கிராமப்புறங்களில் கருவாட்டை சுட்டுத் தின்னும் பழக்கம் உள்ளது.

பச்சூன் உண்ணுதல்

புலால் நாற்றம் வீசும் இறைச்சியைப் பச்சையாகவே உண்ணும் பழக்கம் பழங்காலத்தில் காணப்பட்டது. இதனை,

"பச்சூன் பெய்த சுவல்பிணி பைந்தோல்
கோள்வல் பாண்மகன் தலைவலித்து யாத்த"[27]

எனப் பெரும்பாணாற்றுப்படை கூறுகின்றது.

---

25 மலைப்படுகடாம், வரி. 168
26 பட்டினப்பாலை, வரிகள். 63-64
27 பெரும்பாணாற்றுப்படை, வரிகள். 283-284

இன்றையச் சமுதாயத்தில் பச்சூன் உண்ணுவது என்பது அனைவராலும் வெறுக்கத்தக்கதாகவே உள்ளது. எனவே இந்த முறை தற்காலத்தில் மறைந்துவிட்டது என்று கூறலாம்.

ஊறுகாய்கள்

உணவு உண்ணும் பொழுது ஊறுகாயைச் சேர்த்து உண்ணும் முறை

பழங்காலந்தொட்டே வழக்கில் உள்ளது. சங்க காலத்தில் அந்தணர் இல்லங்களில் மாவடுவினால் ஆன ஊறுகாயினைப் பயன்படுத்தி இருந்ததை பத்துப்பாட்டு நூற்கள் அறிவுறுத்துகிறது. இதனை,

"கஞ்சக நறுமுறி அளைஇ பைந்துணர்
நெடுமரக் கொக்கின் நறுவடி விதிர்த்த
தகைமாண் காடியின் வகைபடப் பெறுகுவிர்"[28]

எனப் பெரும்பாணாற்றுப்படை கூறுகின்றது.

கள் வகைகள்

ஊன் உண்ணும் பொழுது அத்துடன் கள்ளைச் சேர்த்து உண்ணும் முறை அக்காலத்தில் இருந்தது. பனையில் இருந்து கள்ளை இறக்கினர். இதனை,

பிணர்ப் பெண்ணைப் பிழி மாந்தியும்[29]

எனப் பட்டினப்பாலை கூறுகின்றது.

மதுவிற்கு பிழி, தேறல், மட்டு, அரியல் என்னும் பெயர்கள் வழங்கப்பட்டன. கள்ளை மூங்கில் குழாய்களில் இட்டு பக்குவம் அடைந்த பின்பு உண்ணுவர். இதனை,

வேய்ப்பெயல் விளையுள் தேக்கள் தேறல்'[30]

என மலைப்படுகடாம் கூறுகின்றது.

28 பெரும்பாணாற்றுப்படை, வரிகள். 308-310
29 பட்டினப்பாலை, வரி. 89
30 மலைப்படுகடாம், வரி. 171

நாட்பட்ட பழங்கள் உண்ணும் பொழுது ஒரு வித போதையைக் கொடுப்பது போல் இருந்தது. எனவே பாம்பின் நஞ்சிற்கு மதுவை ஒப்பிட்டனர். இதனை,

'பாம்பு வெகுண்டன்ன தேறல் நல்கிக்'[31]

எனச் சிறுபாணாற்றுப்படை கூறுகின்றது.

தேன் மற்றும் தினை, அரிசி முதலிய தானியங்களில் இருந்தும் கள் வடிக்கப்பட்டது. இதனை,

'இல்அடு கள்இன் தோப்பி பருகி'[32]

எனப் பெரும்பாணாற்றுப்படை கூறுகின்றது.

இனிப்பு வகைகள்

இனிப்பு உணவுகளைப் பழங்கால மக்கள் விரும்பி உண்டனர். அதனால் இனிப்பு வகைப் பண்டங்களைத் தயாரித்தமை அறிய முடிகின்றது.

அப்பம்

வெல்லப்பாகுடன் பாலைக் கலந்து அப்பம் எனும் பணியாரம் செய்தனர். அப்பங்களை நல்ல சுவையுடன் செய்து உண்டனர். இதனை,

"கார்அகல் கூவியர் பாகொடு பிடித்த
இழைசூழ் வட்டம் பால் கலந்தவைபோல்"[33]

எனப் பெரும்பாணாற்றுப்படை கூறுகின்றது.

வரகு, அவல் இனிப்பு

வரகு, அவல் முதலியவற்றுடன் பாலைக் கலந்து செய்யும் இனிய உணவுகளைப் பண்டைய மக்கள் செய்து உண்டனர்.

இவ்வகைப் பண்டங்கள் உடம்புக்கு எந்தவித தீங்கையும் ஏற்படுத்துவதில்லை. மாறாக நல்ல வலிமை அடையச் செய்யும். இதனை,

31 சிறுபாணாற்றுப்படை, வரி. 237
32 பெரும்பாணாற்றுப்படை, வரி. 142
33 மேலது, வரிகள். 377 - 378

'பசுந்தினை மூரல் பாலொடும் பெறுகுவிர்'[34]

எனப் பெரும்பாணாற்றுப்படை கூறுகின்றது.

இக்காலத்தில் இனிப்பு வகை உணவுகள் அதிக அளவில் தயாரிக்கப்படுகிறது. ஆயினும் அதற்கு மூலகாரணம் நம்முடைய சங்க கால மக்கள் எனலாம்.

பழவகைகள்

பழங்கால மக்களுக்குப் பழங்கள் அதிகமாகக் கிடைத்ததால் அதனை விரும்பி உண்டனர்.

பலாப்பழம், இளநீர், வாழைப்பழம், பனை நுங்கு முதலியவற்றை விரும்பி உண்டனர். இதனை,

"தாழ்கோட் பலவின் சூழ்சுளைப் பெரும்பழம்
வீழ்இல் தாழைக் குழவித் தீம்நீர்க்
கவைமுலை இரும்பிடிக் கவுள்மருப் பேய்க்கும்
குலைமுதிர் வாழைக் கூனிவெண் பழம்
திரள் அரைப்பெண்ணை நுங்கொடு பிறவும்
தீம்பால் தாரம் முனையின்..........."[35]

எனப் பெரும்பாணாற்றுப்படை கூறுகின்றது.

இளநீர் குடித்தால் உடலுக்கு நல்ல வலிமை ஏற்படும் என்று சங்க கால மக்கள் கருதினர். அதனை இன்றைய மக்களும் கருத்தில் கொண்டு பின்பற்றுகின்றனர். நாம் இன்று உண்ணக்கூடிய உணவுகளைவிட சங்க கால மக்கள் நல்ல சக்தி தரும் உணவுகளை உண்டனர். அதனால் அவர்கள் நல்ல உடல் நலத்துடன் பல காலம் வாழ்ந்தனர். இன்றைக்கு நாம் உண்ணும் உணவுகளே நமக்கு நஞ்சாக அமைந்து விடுகிறது. எனவே நாம் அக்கால மக்களைப் பின்பற்றி மரம், செடி, கொடிகள் முதலியவற்றிற்கு இயற்கை உரங்களைப் பயன்படுத்த வேண்டும். அதன் வழி நல்ல உணவுகளைப் பெறலாம்.

34 பெரும்பாணாற்றுப்படை, வரி. 168
35 பெரும்பாணாற்றுப்படை, வரிகள். 356 - 361

விருந்தோம்பல்

விருந்தோம்பும் பண்பு பண்டையத் தமிழர்களிடம் தலை சிறந்து காணப்பட்டது. பத்துப்பாட்டில் அமைந்த ஆற்றுப்படை இலக்கியங்கள் விருந்தோம்பும் பண்பைச் சிறப்பாகக் கூறுகின்றது.

விருந்தோம்பலில் சிறப்புக்குரிய உணவுகள்

விருந்தினர்கள் யாராவது திடீரென்று தம் இல்லங்களுக்கு வரும்பொழுது மங்கல மகளிர் மகிழ்ச்சியுடன் வரவேற்றனர். விருந்தினர்க்கென்றே தனி உணவு சமைக்கப்பட்டது.

இறைச்சியை முதன்மை உணவாக விருந்தினருக்குக் கொடுத்து உண்ணச் செய்தனர்.

சிற்றுண்டியாகத் தேன், கரும்பு, அவல், வாழைப்பழம், பனை நுங்கு. வள்ளிக்கிழங்கு இவற்றை அளித்தனர். இதனை.

'வராது அட்ட வாடு ஊன் புழுக்கல்'[36]

எனப் பெரும்பாணாற்றுப்படை கூறுகின்றது.

இறைச்சி கலந்த சோற்றை விருந்தினருக்கு அளிப்பதில் விருந்து உபசரிப்பவருக்குத் தனி நிறைவு ஏற்பட்டது. இன்றையக் கால மக்களும் அசைவ உணவுகளையே முதன்மை உணவுகளாக விருந்தினருக்குக் கொடுப்பது நம் முன்னோர்களின் வாழ்க்கை முறையை ஒட்டியதாகவே அமைந்துள்ளது.

விருந்து உபசரித்தல்

விருந்து உபசரித்தல் என்பது சங்க காலத்தில் இல்லறக் கடமையாக இருந்து வந்துள்ளது. இல்லறத்தின் முக்கியப் பண்பு விருந்து புரத்தல் எனப்படும். இதனை,

விருந்து புறந்தருதலும் சுற்றமே ஓம்பலும் பிறவும் அன்னகிழவோ மாண்புகள்''

– தொல்காப்பியம் கற்பியல் –11 கூறுகிறது.

36 பெரும்பாணாற்றுப்படை, வரி. 100

விருந்தோம்பலின் தனிச்சிறப்பு

விருந்தோம்பலில் சங்க கால மக்கள் தனிச்சிறப்புப் பெற்றிருந்தனர். அவைகள் குறிப்பு அறிந்து கொடுத்தல், குறைவாகக் கேட்பவர்களுக்கு நிறைய கொடுத்தல், பிரியும் விருந்தினரை மனமின்றி அனுப்பி வைத்தல், நாளும் தலை நாள் போன்ற விருப்பம் கொள்ளுதல் போன்றன ஆகும்

விருந்து கொடுக்கக் கூடாதவர்கள்

சங்க காலத்தில் கணவனை இழந்த பெண்கள், கணவனை விட்டுப் பிரிந்து வாழும் பெண்கள் போன்றவர்கள் விருந்து கொடுக்கக் கூடாதவர்களாகக் கருதப்பட்டனர். இவர்களுக்கு விருந்து கொடுக்கும் உரிமை இல்லை. இதனை,

'விருந்தெதிர் கோடலும் இழந்த என்னை'[37]

எனச் சிலப்பதிகாரம் கூறுகின்றது.

சிலப்பதிகாரத்தில் மங்கலப் பெண்டிர் தவிர மற்றவர்களுக்கு விருந்து அளிக்கும் உரிமை இல்லை என்று கூறப்பட்டுள்ளது. இதுபெண்கள் மீதான அடக்குமுறையை நினைவுப்படுத்துகிறது.

அரசர்கள்

விருந்தோம்பலில் அரசர்கள் உயர்வாகக் கருதப்பட்டனர். விருந்தினர்கள் திரும்பிச் செல்லும் பொழுது அவர்களைப் பிரிய மனமில்லாமல் ஏழடி பின் சென்று வழியனுப்பினர். விருந்தினருக்குக் கொடையளிப்பதைப் பாலை நிலத்தில் பெய்த மழைக்கு ஒப்பிட்டனர். அரசர்கள் தங்களை நாடிவரும் ஏழைகளின் துன்னல் ஆடையை அகற்றிவிட்டு கொட்டைக்கரை உடைய பட்டாடைகளை வழங்கினார்கள்.

37 சிலப்பதிகாரம், 16:13

தாம்பூலம் தரித்தல்

தாம்பூலம் பயன்படுத்துதல் சங்க காலத்தில் பெரு வழக்கமாக இருந்தது. இது உடம்பிற்கு நலம் செய்வதாகும். கருங்காலியச் சீவிக் காய்ச்சின களி கலந்த இனிய பாக்கும், வெற்றிலையும், சுண்ணாம்பும் இவைகளுடன் தக்கோலம், ஏலம். இலவங்கம், கருப்பூரம், சாதிக்காய் போன்றவைகளைக் கலந்தும் உண்டனர். இவைகளை இல்லத்திற்கு வரும் விருந்தினர்களுக்குக் கொடுத்து உபசரித்தனர். இதனை,

"தகைசெய் தீம்சேற்று இன்நீர்ப் பசுங்காய்
நீடுகொடி இலையினர் கோடுசுடு நூற்றினர்"[38]

என மதுரைக்காஞ்சி கூறுகின்றது.

உண்கலம்

உணவு உண்பதற்குத் தேக்கிலை, ஆம்பல் இலை, பனை ஓலைகள் போன்றவைகளைப் பயன்படுத்தினார்கள். இதனை,

'தெய்வ மடையின் தேக்கு இலைக் குவைஇ'[39]

எனப் பெரும்பாணாற்றுப்படை கூறுகின்றது.

இன்றும் விருந்தினர்கள் வருகிறார்கள் என்றால் வாழை இலையில் உணவு உண்ணச் செய்வது தமிழர் மரபாகக் காணப்படுகிறது.

சமுதாயத்தில் போற்றப்பட்ட மக்கள்

சங்க காலத்தில் கல்வியில் சிறந்த சான்றோரும், புலவர்களும், பகுத்துண்டு வாழ்பவர்களும், பொதுநலத் தொண்டர்களும் சமுதாயத்தில் மதிக்கப்பட்டனர்.

சான்றோரை வணங்குதல்

மக்கள் ஒழுக்க நெறியுடனும், ஒற்றுமையுடனும், தீய செயல்களில் ஈடுபடாமலும் திகழ வேண்டும் என்பது

38 மதுரைக்காஞ்சி, வரிகள். 400-401
39 பெரும்பாணாற்றுப்படை, வரி. 104

சான்றோர்களின் கருத்து ஆகும். மேலும் சான்றோர்களின் முகம் பார்த்தாலே அவர்களை வணங்கத் தோன்றும். ஏனெனில் அவர்கள் முகத்தில் ஞான ஒளி வீசும். இதனை,

"தாம்அறி செம்மைச் சான்றோர்க் கண்ட
கடன்அறி மாக்கள் போல இடன் விட்டு"[40]

எனக் குறுந்தொகை கூறுகின்றது.

புலவர்களுக்கு மரியாதை அளித்தல்

புலவர்களுக்கு அரசன் மிக்க மரியாதை அளித்தான். புலவர்கள் கல்வி, கேள்விகளில் சிறந்து விளங்கியதால் மன்னன் அவர்களை அதிகமாக விரும்பினான். புலவர்களுக்குப் பொன்னும், பொருளும் கொடுத்து அவர்களுக்குத் தேவையான வாழ்க்கை வசதிகளையும் செய்து கொடுத்தான். அரசன் புலவர்களுக்குப் பரிசாகத் தேரினைக் கூட அளித்ததாகக் கூறப்படுகிறது. இதனை,

"பால்புரை புரவி நால்குஉடன் பூட்டிக்
காலின்ஏழ் அடிப்பின் சென்று கோலின்
தாறுகளைந்து ஏறு என்றுஏற்றி வீறுபெறு."[41]

எனப் பொருநாராற்றுப்படை கூறுகின்றது.

இதன் மூலம் அரசர்கள் புலவர்கள் மீது கொண்டிருந்த அன்பினையும், மரியாதையையும் அறியலாம்.

பகுத்துண்டு வாழ்தல்

சமூகத்தில் பகுத்துண்டு வாழ்வது என்பது முக்கியமானதாகும். மன்னனிடம் இருந்து பரிசு பெற்றுவரும் புலவர்கள் தனக்கு மட்டும் என்று பொருளை வைத்துக் கொள்ளமாட்டார்கள். இல்லாதவர்களுக்குப் பொருளைக் கொடுத்து உதவும் பண்பு கொண்டவர்களாகக் காணப்பட்டனர்.

40 குறுந்தொகை, 265. வரிகள். 34
41 பொருநராற்றுப்படை, வரிகள். 165-167

பழங்கால மக்கள் தங்கள் ஊருக்குப் புதிதாக வருபவர்களை எந்தத் துன்பமும் நேராது அவர்களைப் பார்த்துக்கொண்டனர். இதனை,

"படியோர்த் தேய்த்த பணிவில் ஆண்மைக்
கொடியோள் கணவற் படர்ந்திகும் எனினே
தடியும் கிழங்கும் தண்டினர் தரீஇ
ஓம்புநர் அல்லது உடற்றுநர் இல்லை"[42]

என மலைப்படுகடாம் கூறுகின்றது.

காட்டு வழியில் செல்லும் மக்களுக்கும் நாட்டு வழியில் செல்லும் மக்களுக்கும் ஆங்காங்கு வசிக்கும் மக்கள் உதவி புரிந்தனர். இதனை,

'வில்லுடை வைப்பின் வியன் காட்ட இயவின்'[43]

எனப் பெரும்பாணாற்றுப்படை கூறுகின்றது.

இன்றைய காலத்தில் உள்ள மக்கள் பழங்கால மக்கள் ஒற்றுமையுடனும், பகுத்துண்டு வாழும் பண்பிலும் சிறப்புடையவர்களாகக் கருதப்பட்டனர்.

பொதுநலத் தொண்டர்கள்

அஞ்ச வேண்டிய செயல்களுக்கு அஞ்சியும் துன்பம் வந்தால் துவண்டு விடாமலும், நல்ல செயலுக்காகத் தம் உயிரைக் கொடுப்பவர்களே பொதுநலத்தொண்டர்கள் ஆவார்கள். தீய செயலுக்காக உலகத்தையே பரிசாகக் கொடுத்தாலும் அதனைப் பெறமாட்டார்கள். இவ்வாறு நற்பண்பு கொண்ட பலர் அக்காலத்தில் இருந்தார்கள்.

இன்றைய சமூகத்தில் அக்காலத்தில் காணப்பட்ட அளவிற்கு நீதி, நேர்மைகள் நிலைபெற்றுக் காணப்படவில்லை. பொதுநலத் தொண்டர்கள் இக்காலத்திலும் வாழ்கின்றனர். ஆயினும் நல்லவர்களின் பெயரைக் கூறி ஏமாற்றும் நயவஞ்சகர்களும் தற்பொழுது உள்ளனர்.

42 மலைப்படுகடாம், வரிகள். 423-426
43 பெரும்பாணாற்றுப்படை, வரி. 82

அரசனின் சிறப்பு

ஒரு தாய் குழந்தையைப் பேணுவது போல மன்னன் மக்களைப் பேணி வந்தான். மன்னனுடைய ஆட்சி சங்க காலத்தில் சிறப்பாக நடைபெற்றது. குற்றம் செய்பவர்களைத் தண்டிப்பதில் மிகவும் வன்மையாகவும் நடந்து கொண்டான். இதனை,

"முதுவோர்க்கு முகிழ்த்த கையினை எனவும்
இளையோர்க்கு மலாந்த மார்பினை எனவும்
ஏரோர்க்கு நிழன்ற கோலினை எனவும்
தேரோர்க்கு அழன்ற வேலினை எனவும்
நீசில மொழியா அளவை....."[44]

எனச் சிறுபாணாற்றுப்படை கூறுகின்றது.

அரசன் மக்கள் மீது அதிக அன்பும், பாசமும் கொண்டிருந்தது போல மக்களும் மன்னன் மீது மரியாதையுடன் நடந்து கொண்டனர். மன்னனது ஆட்சியைச் சங்க காலப் புலவர்கள் தெளிவாகக் கூறியுள்ளார்கள். இதனை,

"அரியதந்து குடிஅகற்றிப்,
பெரியகற்று இசைவிளக்கி
முந்நீர் நாப்பண் ஞாயிறு போலவும்
பல்மீன் நடுவண் திங்கள் போலவும்
பூத்த சுற்றமொடு பொலிந்துஇனிது விளங்கி"[45]

என மதுரைக்காஞ்சி கூறுகின்றது. சங்க காலத்தில் சமுதாயத்தால் போற்றப்பட்ட மக்களைப் பற்றி ஆற்றுப்படை நூற்கள் நுணுக்கமாகக் கூறுகின்றன.

இல்லறம்

ஆணுக்கும், பெண்ணுக்கும் திருமணப் பருவம் வந்த உடன் தாமாகக் கூடியோ, தம்முடைய தாய், தந்தையர்கள், உறவினர்கள், மூலமாகவோ திருமணம் செய்து கொண்டனர். கணவன், மனைவி இருவருக்கும் இடையில் உள்ள காதல் அவர்கள் இறக்கும் வரையிலும் காணப்பட்டது.

44 சிறுபாணாற்றுப்படை, வரிகள். 231-235
45 மதுரைக் காஞ்சி, வரிகள் 766-770

காதல், காமம்

ஆண், பெண் ஆகிய இருபாலருக்குள்ளும் காதல், காமம் ஆகிய இரண்டுமே காணப்படும். காதலும், காமமும் இல்லாத திருமணம் நடைபெற இயலாது. இவை இரண்டும் இல்லாவிட்டால் திருமண வாழ்க்கை செம்மையாகத் திகழாது.

காமம்

1) ஒருதலைக் காமம்

2) இருதலைக் காமம்

3) பொருந்தாக் காமம்

என மூன்று வகைப்படும்

ஒருதலைக் காமம்

ஓர் ஆடவனும், பெண்டுமாகிய இருவருள் ஒருவர் மட்டும் காதலிப்பது ஒருதலைக் காமம் ஆகும். இதனைக் கைக்கிளை என்றும் கூறுவர். 'கைக்கிளை' என்பது சிறிய என்று பொருள்படும். இதனை,

"காமஞ் சாலா இளமையோள் வயின்
ஏமஞ் சாலா இடும்பை எய்தி"[46]

எனத் தொல்காப்பியத்தில் சுட்டப்படுகிறது.

ஓர் இளையவன் பெண் ஒருத்தியிடம் காதல் உணர்வு கொண்டான். ஆனால் அப்பெண்ணிடம் காதல் உணர்வு இல்லை. ஏனெனில் அவளுக்குக் காதல் பருவம் எய்தவில்லை என்றும் பொருள் கொள்ளலாம். மற்றொன்று, குமரிப் பருவப் பெண் என்று தவறாகக் கருதி தலைவன் அவளிடம் காதல் கொண்டான். ஆனால் அவளிடம் காதல் சிந்தனை தோன்றாததால் அவள் பெதும்பை என எண்ணிக்கொண்டான். பெதும்பை என்பது பூப்பெய்யாதவள் எனப் பொருள்படும்.

46 தொல்காப்பியம், பொருள் - நூற்பா 53 வரிகள். 1-2

இருதலைக் காமம்

இருபாலரும் காதலிப்பது இருதலைக் காமம் எனப் பொருள்படும். ஐந்திணைகளில் இருதலைக் காமம் அதிகமாகக் காணப்பட்டது. இதுவே சிறந்ததாகவும் கருதப்பட்டது.

ஆண், பெண் ஆகிய இருவரும் களவொழுக்கத்தில் ஈடுபட்டனர். இது பெற்றோருக்குத் தெரியாமல் நடைபெறுவது ஆகும். களவொழுக்கம் ஒழுக்கம் தவறியது என்று குறிப்பிடவில்லை. அதுவும் கற்பு சார்ந்ததாகவேக் கருதப்பட்டது. களவுக் கூட்டங்கள் இரவும், பகலும் நடைபெற்றது.

களவொழுக்கத்தில் ஆணும், பெண்ணும் சேர்ந்து செல்லும் பொழுது அவர்களைப் பார்க்கும் வழிப்போக்கர்கள் வாழ்த்தினார்கள். உடன்போன மகளைத் தேடி செவிலித் தாய் வழிப்போக்கர்களிடம் என் மகளைக் கண்டீர்களா? என்று கேட்டாள். அதற்கு வழிப்போக்கர்கள் கற்பு நெறிப்பட்ட அவர்கள் மாமர நிழலில் தங்கியிருக்கிறார்கள் என்று கூறினார்கள். அந்தக் கூற்றைக் கேட்டதன் மூலம் களவொழுக்கம் கற்பு நெறிப்பட்டதாகவே இருந்தது என்று அறியலாம்.

காதலர் கூடும் கூட்டம்

காதலர் களவுக் காலத்தில் உடம்பாற் கூடும் கூட்டம், உள்ளத்தாற்கூடும் கூட்டம் என இருவகைப்படும். உடம்பாற் கூடும் கூட்டம் மெய்யுறு புணர்ச்சி என்றும், உள்ளத்தாற் கூடும் கூட்டம் உள்ளப் புணர்ச்சி என்றும் அழைக்கப்பட்டது.

உள்ளப் புணர்ச்சி

காதலரிடம் முதலில் வேண்டுவது உள்ளப்புணர்ச்சி ஆகும். காதலரின் மன ஒற்றுமையே காதலுக்கு உயிர் எனலாம். உள்ளம் ஒன்றுபட்ட பிறகே உடல் ஒன்றாகும்.

மெய்யுறு புணர்ச்சி

உள்ளம் ஒன்றிய காதலர்கள் உடல் ஒன்றுவதற்கு இடம் தேடுவார்கள். இவர்கள் மண் கழலினும், கடல் பொங்கி வந்தாலும், மலை பெயரினும், விண் வீழினும், அரசு

விதிப்பினும், மக்கள் எதிர்ப்பினும் வருவது வருக என்று அஞ்சா நெஞ்சம் கொண்டவர்களாக இருந்தார்கள். இவர்கள் மனதில் எப்பொழுதும் காதல் என்ற எண்ணமே இருக்கும். அதன் பிறகு பெற்றோர்களால் திருமணம் நடைபெறும். இதுவே மெய்யுறு புணர்ச்சி ஆகும். [47]

பொருந்தாக் காமம்

"பெருந்திணை என்பது பொருந்தாக் காமம் ஆகும். ஒரு பெண்ணிடம் மண உறவு தப்பியோ, வலிந்தோ, ஏமாற்றியோ, தூக்க நிலையிலோ, நோய் நிலையிலோ, இறந்த பின்போ, பூப்பு நின்ற நிலையிலோ, தன்பாலோடும், விலங்கொடு கூடுவதும் பெருந்திணைக் காமம் ஆகும். பெருந்திணைக்காதலில் ஏற்றத் தாழ்வுகள் தான் காணப்படும் ஒற்றுமைகள் இராது. இதனை,

"ஏறிய மடற்றிறம் இளமை தீர் திறம்
தேறுதல் ஒழிந்த காமத்து மிகு திறம்
மிக்க காமத்து மிடலொடு தொகை இச்
செப்பிய நான்கும் பெருந்திணைக் குறிப்பே"[48]

எனத் தொல்காப்பியம் கூறுகின்றது.

தொல்காப்பியர் பொருந்தாக் காமத்தைப் பற்றித் தெளிவாகக் கூறியுள்ளார். ஆண், பெண் இருவரில் ஒருவர் நெறி தவறிக் காதலிப்பது பொருந்தாக் காமம் ஆகும்.

திருமணம்

திருமணம் என்பது கேட்போர் காதிற்கு இன்பம் தரும் சொல்லாகும். இச் சொல்லைக் கேட்டதும் உள்ளத்தில் ஒருவித இனிய உணர்வு, பூரிப்பு, புத்துணர்ச்சி தோன்றிவிடும்.

பாரதியார்,

"செந்தமிழ் நாடெனும் போதினிலே
இன்பத்தேன் வந்து பாயுது காதினிலே"

என்று பாடியுள்ளார். அதனைப் போலவே திருமணம் என்ற

47 தமிழ்க் காதல் , வ.சு.ப. மாணிக்கம், பக்கம் 32
48 தொல்காப்பியம், பொருள், நூற்பா. 54 வரிகள். 14

சொல்லை வாலிப வயதினர் காதில் கேட்டவுடன் மனதில் ஒருவித புன்முறுவல் ஏற்படுவதாகக் கூறினர்.

திருமணத்தின் பொருள்

திரு + மணம் = திருமணம் ஆகும். ஒரு கன்னிப் பெண்ணின் கூந்தலில் மலர் சூடி அவளை ஊரும், உறவும் அறிய தன் வாழ்க்கைத் துணைவியாக ஏற்றுக் கொள்ளுதலே திருமணம் ஆகும்.

'திரு' என்ற சொல்லுக்கு அழகு, செல்வம், செம்மை, சிறப்பு முதலிய பல பொருள் உண்டு. 'மணம்' என்பது நறுநாற்றத்தைக் குறிப்பிடுவதாகும். திருமணம் சமூகத்தில் ஆணுக்கும், பெண்ணுக்கும் ஒரு சடங்காக அமைவதுடன் புதிய சந்ததியை தோற்றுவிப்பதற்கு ஒரு பிணைப்பு என்று ஏ.எம். சலீம் அவர்கள் கூறியுள்ளார்.[49]

திருமணத்தினைக் குறிக்கும் வேறு பெயர்கள்

பண்டையத் தமிழர்கள் திருமணத்திற்குப் பல பெயர்கள் சூட்டியிருந்தனர். அவைகள் கடி, மணம், மன்றல், வதுவை, வரைவு என்பன திருமணத்தைக் குறிக்கும் வேறு பெயர்கள் ஆகும். இதனை,

'நாடறிய நன்மணம் அயர்க'[50]

எனக் குறிஞ்சிப்பாட்டு கூறுகிறது.

திருமணத்திற்குரிய பொழுது

திருமணம் மேற்கொள்ளும் பொழுது நற்பொழுதாக இருக்க வேண்டும்.

இருள் நீங்கிய அழகுடைய விடியற்காலையும், திங்கள் உரோகிணியுடன் சேர்ந்த நாளையும் திருமணத்திற்கு உகந்த பொழுதாகக் கூறினார்கள். இதனை,

"கனைஇருள் அகன்ற கவின்பெறு காலைக்
கோள்கால் நீங்கிய கொடுவெண் திங்கள்
கேடில் விழுப்புகழ் நாள்தலை வந்தென"[51]

என அகநானூறு மூலம் அறியலாம்.

49 தமிழர் திருமணம், முனைவர் வி.சி.சசிவல்லி, பக்கம் 7
50 குறிஞ்சிப்பாட்டு, வரி. 232
51 அகநானூறு, 86 வரிகள். 5-7

இதனால் பண்டைய தமிழர்களின் திருமணம் நடைபெறும் காலத்தையும், பொழுதையும் அறிய முடிகிறது.

திருமணம் நடைபெறும் இடம்

திருமணம் சங்க காலத்தில் மணமகள் இல்லத்தில் நடைபெற்றது. ஒரு சிலர் கோயில் மண்டபத்தில் திருமணம் நடத்தினர். செல்வந்தர்கள் வேண்டுதல் காரணமாகக் கோயில்களில் திருமணம் செய்தனர். இன்றையக் காலங்களில் கோயில்களில் வைத்து திருமணம் நடைபெறுவதைக் காண முடிகின்றது.

பதிவுத் திருமணங்கள் தற்பொழுது அதிகரித்து வருகின்றன. இவை பதிவாளர் அலுவலகங்களில் நடைபெறுகின்றது.

திருமணப் பொருத்தம் பார்த்தல்

திருமணத்தின் போது பொருத்தம் பார்க்கும் மரபு தொல்காப்பியர் காலத்தில் இருந்தே வழிவழியாக இருந வருகின்றது.

ஓர் ஆணுக்கும் பெண்ணுக்கும் பத்து பொருத்தங்கள் இருந்தால் திருமண வாழ்வு இனிதாக நடைபெறும். இப்பொருத்தங்கள் மணமக்களின் நல்வாழ்வைக் கருதியும், சமுதாயத்தின் நன்மைக்காகவும் அமைக்கப்பட்டன ஆகும். இதனை,

"பிறப்பே, குடிமை, ஆண்மை, ஆண்டொடு
உருவு நிறுத்த காம வாயில்
நிறையே, அருளே உணர்வொடு திருவென
முறையுறக் கிளந்த ஒப்பினது வகையே"[52]

எனத் தொல்காப்பியப் பொருளதிகாரம் கூறுகின்றது.

இன்றையக் காலத்திலும் திருமணத்தில் பொருத்தம் பார்க்கும் மரபு குறையவில்லை. பழங்காலத்தை விட அதிகரித்து வருகிறது எனலாம்.

---

52 தொல்காப்பியம், பொருளதிகாரம், நூற்பா. 269

திருமண வயது

சங்க காலத்தில் நடைபெற்ற திருமணங்களில் பெரும்பாலும் குழந்தைத் திருமணம் நடைபெற்றதற்கானச் சான்றுகள் குறிப்பிடவில்லை. பத்துப்பாட்டிலும் திருமண வயது பற்றிக் கூறவில்லை. எனினும் பின்னர் வந்து இலக்கியங்களில் மணமகன் வயது பதினாறு என்றும், மணமகள் வயது பன்னிரெண்டு என்றும் குறிப்பிட்டுள்ளது. இதனை,

கைவான் கொடியன்னாள் ஈராண்டகவையாள்;

சிலப்பதிகாரம் - மங்கலவாழ்த்து -24

தற்பொழுது திருமண வயதில் பல மாற்றங்கள் செய்யப்பட்டுள்ளன. ஆணின் திருமண வயது இருபத்தொன்று (21) என்றும், பெண்ணின் திருமண வயது பதினெட்டு (18) என்றும் கூறுகின்றது. ஆனால் ரஷ்யப் பழமொழி ஒன்று.

"திருமணம் என்பது தும்மல் போன்றது
எப்பொழுது வருமென்று சொல்ல முடியாது."[53]

என்று கூறுகிறது.

திருமணம் என்பது பல விதிமுறைகளுக்கு உட்பட்டது. தன் விருப்பப்படி ஏதோ ஒரு நாளில் செய்யவில்லை. நல்ல நாளில் பொருத்தம் பார்த்தே செய்திருக்கிறார்கள்.

மணச்சடங்கிற்கான காரணங்கள்

பண்டைய நாளில் தன் வாழ்க்கைத் துணையைத் தாமே தேர்ந்தெடுத்து வாழ்க்கை நடத்தி வந்த மக்களும் இருந்தனர். இவர்களுள் சிலர் களவொழுக்கம் நடத்திய பிறகு தலைவியைத் துறக்கவும் துணிந்தனர். அதனைக் கண்ட சான்றோர்கள் தலைவியைப் பலர் முன்னிலையில் பெற்றோர் உடன்பட்டு கொடுக்க வேண்டும் என்ற முறையை உண்டாக்கினர்.

ஒழுக்கக்கேடுகளை அகற்றுவதற்குத் திருமணம் நடைபெற்றது. இக்கட்டுப்பாட்டு நெறியைப் பின் வந்த எல்லாத் தமிழரும் மேற்கொண்டனர். இதனை,

53 தமிழர் திருமணம், வி.சி. சசிவல்லி, பக்கம் 18

"பொய்யும் வழுவும் தோன்றிய பின்னர்
ஐயர் யாத்தனர் கரணம் என்ப"[54]

எனத் தொல்காப்பியம் கற்பியல் கூறுகின்றது.

திருமண வகைகள்

திருமணம் சங்க காலத்தில் பலவகைகளில் நடைபெற்றது. அவைகள்,

1. களவு மணம்
2. தொன்றியல் மரபின் மணம்
3. பரிசங்கொடுத்து மணத்தல்
4. சேவை மணம்
5. திணைக் கலப்பு மணம்
6. ஏறுதழுவி மணம்
7. மடலேறி மணம்
8. போர் நிகழ்த்தி மணமுடித்தல்
9. துணங்கையாடி மணத்தல்
10. பலதார மணம்

போன்றவைகள் ஆகும். இத்திருமணங்களின் போது பலவகையான சடங்குகளும் நடைபெற்றன. அவையாவன;

1) மணமக்கள் இல்லம் செம்மண் பூசி மணல் பரப்பி பாவைகள் தொங்க விட்டு அலங்கரித்தல்
2) மணம் நடக்கும் வீட்டில் சங்கொலி, பறையொலி முழங்கியது.
3) திருமணத்திற்கு முன் தலைவிக்குச் சிலம்புகழி நோன்பு நடைபெற்றது.
4) மணப்பந்தலில் புதுமணல் பரப்பி விளக்கும் வைக்கப்பட்டிருந்தது.
5) இறைவழிபாடு செய்தல்
6) புள் நிமித்தம் பார்த்தல்
7) திருமண முழவும், பெரிய முரசும் முழங்குதல்.

54 தொல்காப்பியம், கற்பியல். நூற்பா. 143.

8) மங்கலப் பெண்டிர், குடங்களில் நீரேந்தி வருவர்

9) அக்குடங்களில் நெல்லும், மலரும் தூவி மங்கல மகளிர் நால்வர் மணமக்களை வாழ்த்தி மண நீராட்டினர்

10) காப்பு நூலைக் கட்டுதல்

11) புத்தாடை அணிதல்

12) இழை அணிவித்தல்

13) பெற்றோர் மணமகளைத் தலைவனுக்கு வாழ்த்தி வணங்குதல் போன்றன சங்க காலத் திருமணத்தின் பொழுது நடைபெற்ற சடங்குமுறைகள் ஆகும்.[55]

திருமணச் சின்னம்

திருமணத்தின் பொழுது திருமணம் நடைபெற்றதற்கான அடையாளமாகப் பெண்ணின் கழுத்தில் தாலி அணிவிக்கப்பட்டது. தற்காலத்தில் நடைபெற்ற சீர்திருத்தத் திருமணங்களில் கூடத் தாலி அணிவிக்கும் பழக்கம் இருக்கின்றது.

கி.பி. 10–ஆம் நூற்றாண்டிற்கு முன்னர் வரை தாலி பற்றிய சொற்கள் இல்லை. சங்க காலப் பெண்டிரும் மங்கல அணிகள் அணிந்தனர் என்றாலும் அதனை ஒரு பெரிய சடங்காக நடத்தவில்லை. ஆனால் தற்காலத்தில் தாலி என்பது மிகவும் முக்கியமான ஒன்றாகக் கருதப்படுகிறது. திருமணம் நடைபெறும் பொழுது தாலி அணிந்த பிறகுதான் திருமணம் நிறைவடைந்தது என்று கூறுகின்றனர். ஒவ்வொரு சமுதாய மக்களும் தங்கள் தங்கள் சமயத்திற்கு ஏற்றவாறு தாலிகளை அமைத்துக் கொண்டார்கள்.

தாலி வகைகள்

தாலி அணிவிக்கும் பழக்கம் தென்னகத்தில் மட்டும் மதிப்பு பெற்று விளங்கியிருந்தது. தாலி சமயங்களுக்கு ஏற்ப பலவகைகளாகக் காணப்பட்டது.

55 தமிழர் திருமணம், வி.சி. சசிவல்லி, பக்கம். 48

அதனை,

1. பெருந்தாலி
2. சிறுதாலி
3. தொங்குத் தாலி
4. பொட்டுத் தாலி
5. சங்குத் தாலி
6. ரசத்தாலி
7. தொப்புத்தாலி
8. உருண்டைத்தாலி
9. கருந்தாலி
10. ஜாகாத்தாலி

என்றழைப்பர்.

இவற்றுள் பெருந்தாலி, சிறுதாலி ஆகிய இரண்டும் முக்கியப்பங்கு வகிப்பவை ஆகும்.[56]

கற்பில் சிறந்தவர்கள்

தமிழ்ப் பெண்கள் கற்பு நெறியில் சிறந்து விளங்கினார்கள் ஒருவனை நினைத்த மனத்தில் மற்றொருவனை நினைக்கமாட்டார்கள். இதற்கு உதாரணமாகத் திலகவதி அம்மையாரைக் கூறலாம். திலகவதி அம்மையார் தமக்குப் பேசப்பட்டிருந்த கலிப்பகையார் போரில் இறந்துவிட வேறு திருமணம் பேசாது, அதன் பிறகு தம்பி திருநாவுக்கரசருக்காக உயிர் வாழ்ந்தார். இவ்வாறு பழங்காலப் பெண்கள் கற்பு நெறியில் சிறந்து விளங்கியதை அறிய முடிகிறது.

கல்வியும் கலையும்

கல்வியும், கலையும் மனிதனை மேம்படுத்துவது ஆகும். கல்வி கற்பவர்களாயினும், கலைகளில் ஈடுபாடு உடையவர்களாயினும் ஒரு குறிப்பிட்ட சாதியினராக

56 புலமைத்தொகுதி, மார்ச் 1979 பக்கம். 198

இருக்கவேண்டும் என்ற கட்டுப்பாடு இல்லை. யாராக இருந்தாலும் கற்றுக்கொள்ளும் உரிமை இருந்தது. கல்வி, கலைகளில் தேர்ச்சி பெற்ற புலவர்கள் சங்க காலத்திலேயே இருந்தனர்.

கல்வி கற்பவர்கள்

மக்கள் எந்தத் தொழிலைச் செய்தாலும் ஆசிரியருக்குத் தனியாகப் பொருள் கொடுத்தும், தொண்டு செய்தும் கல்வி அறிவை வளர்த்துக் கொண்டனர். இதனை,

"உற்றுழி யுதவியும் உறுபொருள் கொடுத்தும்
பிற்றைநிலை முனியாது கற்றல் நன்றே"[57]

எனப் புறநானூறு கூறுகின்றது.

கற்பிப்போரின் பிரிவுகள்

"கற்பிப்போர் கணக்காயர் என்றும், ஆசிரியன் என்றும் குரு அல்லது குரவன் என்றும் மூவகைப்படுவர். கணக்காயன் எழுத்து, சிற்றிலக்கியம், உரிச்சொல், கணக்கு முதலியவைகளைக் கற்பிப்பவன் ஆவான். ஆசிரியன் பிற்காலத்தில் ஐந்தாகப் பிரிக்கப்பட்ட மூவிலக்கணமும் அவற்றிற்கு எடுத்துக்காட்டான பேரிலக்கியமும் கற்பிப்பவன் ஆவான். குரவன் சமய நூலும், தத்துவ நூலும் கற்பிப்பவனாகத் திகழ்கிறான்."[58]

அக்காலக் கல்வி முறைகள்

திண்ணைப் பள்ளி, குருகுலப்பள்ளி போன்றவைகளில் சங்க கால மக்கள் கல்வி கற்றனர். அந்நாளில் எழுதுவதற்கு ஓலைச் சுவடியைப் பயன்படுத்தினர். அதனைப் புத்தகம், பனுவல், நூல் எனப் பல பெயர்களால் அழைத்தனர்.

புலவர்களின் கல்வித்தகுதி

புலவர்கள் சங்க காலத்தில் மிகுந்த கல்வி அறிவு கொண்டிருந்தனர். இதற்கு உதாரணமாகப் பாண்டிய மன்னன்

57 புறநானூறு, 183 வரிகள். 12
58 பண்டைத் தமிழ் நாகரிகமும் பண்பாடும் ஞா தேவநேயப் பாவாணர் பக். 108

சிறந்த புலவர்களை எல்லாம் அழைத்து தமிழ்க் கழகம் அமைத்ததை நினைவுப்படுத்தலாம். சிறந்த பாடல்களைத் தமிழ்க் கழகத்தில் அரங்கேற்றமும் செய்தனர்.

அறிஞர்கள்

கல்வியில் தேர்ச்சிப் பெற்ற சிறந்த அறிஞர்கள் இருந்ததை அக்கால நூல்கள் கூறுகின்றன.

"பலகேள்வித் துறைபோகிய
தொல்ஆணை நல்லாசிரியர்"[59]

எனப் பட்டினப்பாலை கூறுகின்றது.

இக்காலத்திலும் பழங்காலத்தில் இருந்ததைப் போன்று மக்கள் கல்வி, கேள்விகளில் சிறந்து விளங்கிக் காணப்படுவதை அறியலாம்.

கலைகள்

கலைகளில் சங்க கால மக்கள் அதிக ஆர்வம் படைத்தவர்களாகக் காணப்பட்டனர். அவர்கள் நுண்ணிய அறிவிலும், நிதானமானச் செயல்களிலும், தீர்க்கமான முடிவை எடுப்பதிலும் திறமை உடையவர்களாக இருந்தனர். கலைகளைக் கற்பதால் உடலில் உள்ள அழுத்தம் குறைகிறது என்று இக்கால மருத்துவர்கள் கூறுகிறார்கள்.

இசையும் கூத்தும்

தவறு செய்பவர்களைக் கூட சரிசெய்யும் ஆற்றல் இசைக்கு உண்டு. மக்கள் வாழ்க்கையில் கலைகள் ஒன்றாகக் கலந்து காணப்படுகின்றன. கல்மனதைக் கூட கரைத்துவிடும் ஆற்றல் இசைக்கு உண்டு. இதற்கு உதாரணமாக மதம் பிடித்த யானையைக் கூறலாம். அவ்யானைகள் இசையைக் கேட்டால் அடங்கிவிடுவதாகச் சங்க கால மக்கள் கூறுகின்றனர். இசைக்கு மயங்கிய மதம் பிடித்த யானையின் மாதிரி

59 பட்டினப்பாலை, வரிகள். 169-170

புகைப்படத்தைப் பின்னிணைப்பில் காணலாம் (இணைய தளத்திலிருந்து எடுக்கப்பட்டது. பின்னிணைப்பு 3-இல் காணலாம்.)

விலங்குகளையே அடக்கும் தன்மை கொண்ட இசைக்கு மகளிர் என்ன செய்வர்?. இதனை,

'அணங்குமெய்ந் நின்ற அமைவரு காட்சி
ஆறலைக் கள்வர் படைவிட அருளின்
மாறுதலை பெயர்க்கும் மருவுஇன் பாலை''[60]

எனப் பொருநராற்றுப்படை கூறுகின்றது.

யாழ் இசையைப் பற்றி பொருநராற்றுப்படை வழி உணரலாம்.

இசைக்கருவிகள்

யாழ், குழல், முழா, முழவு, தண்ணுமை, முரசு, பறை, ஆகுளி, பதலை, கிணை, தடாரி, துடி, மத்தரி, எல்லரி, வயிர், கோடு, தூம்பு, சங்கு, ஊதுகொம்பு முதலியவை சங்க காலத்தில் உள்ள இசைக் கருவிகள் ஆகும். இதனை,

வயிரும் வளையும் ஆரப்ப அயிர''[61]

என முல்லைப்பாட்டு கூறுகிறது.

ஊதுகொம்பு

இது ஊதும் நீண்ட குழல் போன்ற வாத்தியம் ஆகும். இது மூங்கிலின் கண்ணினால் அமைக்கப்பட்டிருந்தது. யானையின் கைகளைப் போன்ற உருவத்தைப் பெற்றிருந்தது. இதனை,

'கண்ணிடை விடுத்த களிற்றுயிர்த் தூம்பின்'[62]

என மலைப்படுகடாம் கூறுகின்றது.

தூம்பு என்பது ஊதுகொம்பினைக் குறிப்பிடுகிறது.

60 பொருநராற்றுப்படை, வரிகள். 20-22
61 முல்லைப்பாட்டு, வரி 92
62 மலைப்படுகடாம், வரி. 6

இதனால் அக்காலத்தில் இசையில் சிறந்து விளங்கிய கலைஞர்கள் இருந்திருக்கிறார்கள் என்பதை உணர முடிகிறது.

யாழ்

யாழ் இரண்டு வகைப்படும்

1) சீறியாழ்

2) பேரியாழ் என்பன ஆகும்

யாழின் உறுப்புகள்

மருப்பு, பத்தல், வாய், போர்வை, திவவு என்னும் வார்க்கட்டை, கடை, ஆணி முதலியன யாழின் உறுப்புகள் ஆகும். இதனை,

"வாரியும் வடித்தும் உந்தியும் உறழ்ந்தும்
சீருடை நன்மொழி நீரொடு சிதறி"[63]

எனப் பொருநராற்றுப்படை கூறுகின்றது. இணையதளத்தில் யாழின் மாதிரி வரைபடம் உள்ளது. அதனைப் பின்னிணைப்பு – 4 இல் காணலாம்.

யாழினை வாசிக்கும் முறை

யாழினை வாசிக்கும் பொழுது இடப்புறமாக வாசிப்பர். இதனை,

"பொன்வார்ந் தன்ன புரிஅடங்கு நரம்பின்
இன்குரல் சீறியாழ் இடவயின் தழீஇ
நைவளம் பழுநிய நயம்தெரி பாலை
கைவல் பாண்மகன் கடன்அறிந்து இயக்க'[64]'

எனச் சிறுபாணாற்றுப்படை கூறுகின்றது.

தோற்கருவிகள்

தோலால் வடிவமைக்கப்பட்டக் கருவிகளுக்குத் தோற்கருவிகள் என்று பெயர். இவற்றுள் முக்கியமானது பறை, முரசு தண்ணுமை முதலியன ஆகும். இவை இரண்டும் முக்கியமான கருவிகள் ஆகும்.

63 பொருநராற்றுப்படை, வரிகள். 23 - 24
64 சிறுபாணாற்றுப்படை, வரிகள். 34–37

பறை

'ஆகுளி' என்பது பறையைக் குறிக்கும். பதலை என்பது ஒரு கண்ணை உடைய பறையைக் குறிப்பிடுகிறது. பறையின் அமைப்பு யானையின் பாதத்தைப் போன்று காணப்படும். 'துடி' என்பது சிறிய வகை பறையாகும். சங்க காலத்தில் தட்டைப்பறை என்ற ஒன்றும் இருந்தது. இதனை,

'ஒலிகழைத் கெழுத் புடையுநர்'[65]

என மலைப்படுகடாம் கூறுகிறது.

முரசு

தோலால் வடிவமைக்கப்பட்ட மிகப்பெரிய வாத்தியம் 'முரசு' ஆகும். அக்காலத்தில் அரசர்கள் வீர முரசு, நியாய முரசு, தியாக முரசு என மூன்று வகை முரசுகளைப் பயன்படுத்தினார்கள். அரசர்களின் சின்னங்களில் முரசும் இடம் பெறுகிறது.

எல்லரி

இதுவும் ஒரு வாத்தியமாகும். தோலால் வடிவமைக்கப்பட்டிருந்தது. இதற்கு சல்லி என்ற பெயரும் இருந்தது. இதனை,

'கடிகவர்பு ஒலிக்கும் வல்வாய் எல்லரி'[66]

என மலைப்படுகடாம் கூறுகிறது.

பாண்டில்

வெண்கலத் தகடால் அமைக்கப்பட்ட கஞ்சத்தாளமாகும். இதனை 'மகுளி' என்றும் அழைப்பார்கள். இதனை,

'நுண்ணுருக் குற்ற விளங்கடர்ப் பாண்டில்'[67]

என மலைப்படுகடாம் கூறுகின்றது.

65 மலைப் படுகடாம், வரி. 328
66 மலைப் படுகடாம், வரி. 10
67 மலைபடுகடாம், வரி. 4

இசைக் கருவிகளைப் பாதுகாத்தல்

கலைஞர்கள் இசைக்கருவிகளை உறையிட்டு மொத்தமாகப் பையில் வைத்துக் கட்டி எடுத்துச் சென்றனர். இசைக் கருவிகளை எடுத்துச் செல்லும் பைக்கு 'கலப்பை' என்று பெயர். இதனை,

"கார்கோட் பலவின் காய்த்துணர் கடுப்ப
நேர்சீர் சுருக்கிக் காய கலப்பையிர்
கடுக்கலித் தெழுந்த கண்அகன் சிலம்பில்" [68]

என மலைப்படுகடாம் கூறுகின்றது.

பண்கள்

பலவிதமான ஓசை அமைதியைப் பண் என்பர். இது காலத்திற்கும், பாடும் பொருளுக்கும் ஏற்ப மாறுபடும். இவை பலவகைப்படும்.

காலைப்பண்

காலைப்பண் மருதம் என்று அழைக்கப்படும். இதனை,

'யாழோர் மருதம் பண்ணக் காழோர்'[69]

என மதுரைக்காஞ்சி கூறுகிறது.

மாலைப்பண்

மாலையில் பாடும் பண் 'செவ்வழி' என அழைக்கப்பட்டது. இதனை

'திவவுமெய் நிறுத்து செவ்வழி பண்ணி'[70]

என மதுரைக் காஞ்சி கூறுகின்றது.

விளரி

விளரி என்பது நிலத்தின் பெயர் வைத்து அழைக்கப்பட்ட பண் ஆகும்.

---

68 மேலது, வரிகள். 12-14
69 மதுரைக் காஞ்சி, வரி.658
70 மேலது, வரி.604

வேறு பண்கள்

காமரகம், சீகாமரம் நைவளம் எனும் இலக்கியப் பண்கள் அக்கால இலக்கியத்தில் ஆட்சி பெற்றிருந்தது.

ஆடல்

பழங்காலத்தில் ஆணும், பெண்ணும் ஆடற் கலையில் சிறப்புப் பெற்றிருந்தனர். ஆண்களைவிட பெண்களே அதிக விருப்பமுடன் ஆடினார்கள் என்பது அறியப்படுகின்றது.

கூத்தாடுவதற்கு உரிய இடம்

அரங்கு, ஆடுகளம் முதலியவை கூத்தாட்டம் நடைபெறும் இடங்கள் ஆகும். கூத்தாடும் பெண்கள் விறலியர் என அழைக்கப்பட்டனர். இதனை,

'நாடக மகளிர் ஆடுகளத்து எடுத்த'[71]

எனப் பெரும்பாணாற்றுப்படை கூறுகிறது.

கூத்துகள் இரவின் முற்பகுதியிலே நடைபெற்றன. மக்கள் அனைவரும் இரவுப் பொழுதில் கூத்தினைப் பார்த்து மகிழ்ச்சியுற்றார்கள். சங்க கால மக்கள் கூத்தினை இரசிப்பதில் அதிக ஆர்வம் காட்டினார்கள் என்பதை அறிய முடிகிறது.

கூத்தின் வகைகள்

வள்ளிக்கூத்து, பேடிக்கூத்து, கழைக்கூத்து, குடைக்கூத்து முதலியவை பலவகைக் கூத்துகளாகும். இதனை,

"வாடா வள்ளியின் வளம்பல தரூஉம்
நாடு பல கழிந்த பின்றை......"[72]

எனப் பெரும்பாணாற்றுப்படை கூறுகின்றது.

பாடல் கலைகள்

மகளிர் தானியங்களைக் குத்தும் பொழுது வள்ளைப் பாட்டுப் பாடினர். ஊஞ்சல் ஆடும் பொழுது ஊசல் பாட்டு பாடினர். வள்ளைப் பாட்டும், ஊசல் பாட்டும் அக்காலத்தில்

71 பெரும்பாணாற்றுப்படை, வரி.55
72 மேலது, வரிகள். 370-371

சிறப்புற்றுக் காணப்பட்டது. மேலும் பலவகைப் பாடல்கள் அக்கால மக்களிடம் காணப்பட்டது.

ஓவியமாக்கள்

வீடுகளிலும், மன்றங்களிலும் உள்ள சுவர்களில் உருவங்களை வரையும் பழக்கம் மிகுதியாகக் காணப்பட்டது. இவர்கள் வரைவதற்கு துகிலினைப் பயன்படுத்தினார்கள். கடினமான ஓவியங்கள் என்றாலும் துகிலினாலே வரைந்து விடும் திறமைசாலிகளாக இருந்தனர். வண்ணம் தீட்டப்படாத ஓவியத்தைப் 'புனையா ஓவியம்' என்று அழைத்தனர்.

'புனையா ஓவியம் கடுப்பப் புனைவு இல்'[73]

என நெடுநல்வாடை கூறுகின்றது.

ஓவியங்களை வரையும் சித்திரக்காரர்கள் அந்நாளில் வாழ்ந்தார்கள். மக்கள் சங்க காலத்தில் பலவகையான கலைகளைக் கற்றிருந்தனர். அவர்கள் அறிந்த ஒவ்வொரு கலைகளைப் பற்றியும் நூல்களாக வெளியிட்டனர்.

கலை நூல்களின் வகைகள்

ஆயற்கலை நூல், மனை வகுக்கும் கலை, கரவடநூல், அரசியல் கலை நூல், மருத்துவக்கலை நூல், வாணிபக்கலை நூல் முதலியன சங்க காலத்தில் இருந்தனவாக அறிய முடிகின்றது.

சுமையற்கலை நூல்

பீமசேனன் என்பவன் சமையற்கலையில் தேர்ச்சி பெற்றவனாக விளங்கினான். அவனின் பாக முறைகளை விளக்கும் சமையற்கலை நூல்கள் காணப்பட்டன. பத்துப்பாட்டு இக்கலைகளைப் பற்றித் தெளிவாகக் கூறியுள்ளது. இதனை,

"பூவிரி கச்சைப் புகழோன் தன்முன்
பனிவரை மார்பன் பயந்த நுண்பொருள்
பனுவலின் வழாஅப் பல்வேறு அடிசில்"[74]

எனச் சிறுபாணாற்றுப்படை கூறுகின்றது.

73 நெடுநல்வாடை , வரி. 147
74 சிறுபாணாற்றுப்படை, வரிகள். 239-241

பிற்காலத்தில் சமையற்கலை நூலுக்கு ‘மடைநூல்’ என்ற மற்றொரு பெயரும் ஏற்பட்டது.

மனை வகுக்குங்கலை நூல்

ஒரு மனை எந்த இடத்தில் இருக்க வேண்டும், எத்திசையைப் பார்த்து இருக்க வேண்டும், என்ற நியதி சங்க காலத்திலேயே இருந்திருக்கிறது. ஒரு வீட்டிற்கு எந்த வண்ணம் தீட்டினால் சிறந்தது என்பதையும் சங்க கால வல்லுநர்கள் அறிந்திருந்தனர். இதனை,

> "நூலறி புலவர் நுண்ணிதின் கயிறுஇட்டு
> தேஎம் கொண்டு தெய்வம் நோக்கிப்
> பெரும்பெயர் மன்னர்க்கு ஒப்பமனை வகுத்து"[75]

என நெடுநல்வாடை கூறுகின்றது.

இன்றைய சமுதாயத்தில் மனைவகுக்கும் கலையைப் பின்பற்றி நடப்பதில் அதிக ஆர்வம் கொண்டுள்ளனர். அதனை வாஸ்து என அழைக்கின்றனர்.

கரவடநூல்

களவு புரிபவர்கள் எவ்வாறு காணப்படுவார்கள்? அவர்களைக் கண்டுபிடிப்பது எப்படி? என அறிவதற்கு இந்நூல் பயன்படுகிறது. இதனை,

> "அறிந்தோர் புகழ்ந்த ஆண்மையர் செறிந்த
> நூல்வழிப் பிழையா நுணங்குநுண் தேர்ச்சி
> ஊர்காப் பாளர் ஊக்கருங் கணையினர்"[76]

என மதுரைக்காஞ்சி கூறுகின்றது.

மக்கள் ஒழுக்கமானவர்களாக இருக்க வேண்டும். தீயவர்களைக் கண்டு அவர்களைத் திருத்தவேண்டும் என்பதற்காகவே இவ்வகை நூல்கள் எழுந்திருப்பதை பத்துப்பாட்டு நூற்கள் கூறுகின்றன.

75 நெடுநல்வாடை, வரிகள். 76-78
76 மதுரைக் காஞ்சி, வரிகள். 645-647

அரசியல் கலை நூல்

அரசியல் நெறிமுறைகளை மன்னர்களுக்கும் பிற பணியாளர்களுக்கும், மக்களுக்கும் எடுத்துரைப்பதற்கு அரசியல் கலை நூல்கள் இருந்திருக்கின்றன எனலாம். இதனை,

"அரசியல் பிழையாது அறநெறி காட்டி
பெரியோர் சென்ற அடிவழிப் பிழையாது" [77]

என மதுரைக்காஞ்சி கூறுகின்றது.

மருத்துவக்கலை

மருத்துவத்தைப் பற்றி விளக்குவதற்கு அக்காலத்தில் மருத்துவக்கலை நூல் இருந்ததை அறியலாம். இதனை,

"நோய்நாடி நோய்முதல் நாடி யதுதணிக்கும்
வாய்நாடி வாய்ப்பச் செயல்"[78]

எனக் குறள் கூறுகின்றது.

நாடியைப் பார்த்ததும் நோயைச் சொல்லும் திறமை சங்ககால மருத்துவரிடம் காணப்பட்டது. எனவே நாடி பார்க்கும் திறன் இல்லாதவன் மருத்துவன் ஆகமாட்டான் என்று மக்கள் உரைக்கின்றனர்.

வானியற்கலை நூல்

பழங்கால மக்கள் வானியற் கலையிலும் தேர்ச்சி பெற்றிருந்தனர். அவைகளை உணர்த்தும் அறிவியல் நூல்கள் இருந்தன. கோள்கள் முதலியவற்றின் இயக்கம், இத்தனை நாழிகைக்கு இவ்வளவு செல்லும் என்னும் வேகத்தின் அளவையும் கணித்தனர். இதற்குச் சான்றாக எட்டுத்தொகையில் குறிப்பிட்டுள்ளதைக் காணலாம். இதனை,

"செஞ் ஞாயிற்றுச் செலவும், அஞ்ஞாயிற்றுப்
பரிப்பும், பரிப்புச் சூழ்ந்த மண்டலமும்
வளி திரிதரு திசையும்

77 மேலது, வரிகள். 191-192
78 திருக்குறள், பாடல்.948

வறிது நிலை இய காயமும் என்று இவை
சென்று அளந்து அறிந்தார் போல என்றும்
இணைத்து என்போரும் உளரே"[79]

எனப் புறநானூறு கூறுகின்றது.

இவ்வகை நூல்கள் அன்றையக் காலத்தில் காணப்பட்டன. இவை இன்றைய மக்களின் வாழ்க்கைக்கு மிகவும் உறுதுணையாகக் காணப்படுகிறன. இதனைத் தவிர ஐம்பூதங்களைப் பற்றியும் தெரிந்திருந்தனர்.

ஐம்பூதங்கள் பற்றியவை

மக்கள் தாம் வாழும் இடத்தை மட்டும் எண்ணுவதோடு மட்டுமல்லாமல் உலகத்தைப் பற்றியும் பல செய்திகளை அறிந்திருந்தனர். பெரிய மலைகளையும் அளவில் பரந்து கிடக்கும் கடலைப் பற்றியும் ஆராய்ந்து அறிந்திருந்தனர். இதனை,

"ஓங்குதிரை வியன்பரப்பின்
ஒலி முந்நீர் வரம்புஆக
தேன்தூங்கும் உயர்சிமைய
மலைநாறிய வியன்ஞாலத்து"[80]

என மதுரைக்காஞ்சி கூறுகின்றது.

ஐம்பூதங்கள் பற்றிய அறிவு அந்நாளைய மக்களிடம் அதிகமாகக் காணப்பட்டது. தமிழ் மக்கள் சங்க காலத்திலேயே பல துறைகளிலும் சிறந்தவர்களாகத் திகழ்ந்திருப்பதைப் பத்துப்பாட்டு மூலம் அறியலாம்.

நன்னெறிக் கருத்துக்கள்

சங்க கால மக்கள் பிறரிடம் எவ்வாறு பழகினார்கள் என்பதை அவர்கள் தங்களுக்கென்று வகுத்திருந்த நன்னெறிக் கருத்துக்கள் மூலம் உணரலாம். அவைகள் அன்பு, நட்பு, ஒழுக்கம், அடக்கம், பொய்பேசாமை, புறங்கூறாமை, இனியவைப் பேசுதல், செய்நன்றி மறவாமை, இன்னா செய்யாமை, ஈகை, கொடை போன்றவைகள் ஆகும்.

79 புறநானூறு, 30 வரிகள். 16
80 மதுரைக்காஞ்சி, வரிகள்.1-4

அன்பு

ஒருவர் நெஞ்சம் மற்றொருவர் நெஞ்சோடு ஒன்றாகக் கலப்பது அன்பு ஆகும். ஒருவரை ஒருவர் பார்க்காமலே அன்பு கொண்ட கோப்பெருஞ்சோழனுக்கும் பிசிராந்தையாருக்கும் ஏற்பட்டது அன்பின் முதிர்ச்சி நிலை ஆகும். இது நட்பு ஆகாது.

நட்பு

நட்பு உடையவர்கள் இருவர் வெவ்வேறு இடங்களில் இருந்தாலும் அவர்களுடைய மனதில் அந்த நட்பு நிறைந்து காணப்படும். நட்புக்குப் பிரிவே இல்லை. அதில் வெறுப்பு வராது. ஒரு தலைப் புள்ளிற்கு ஓர் உயிர் அமைந்தது போல ஈருடல் ஓருயிராய் விளங்கும் தன்மை கொண்டவர்கள் நட்பு உடையவர்கள் ஆவர். இதனை,

> "நட்டோர் உவப்ப, நடைப்பரிகாரம்,
> முட்டாது கொடுத்த"[81]

எனச் சிறுபாணாற்றுப்படை கூறுகின்றது.

நண்பர்கள் ஒருவருக்கொருவர் உதவியாக வாழ்வது எல்லாத் துறையிலும் நடக்கிறது. ஒரு மன்னனுடைய வலிமைக்கு நட்பரசர்கள் வேண்டுவனவற்றைக் கொடுத்து வாழ்க்கையைச் சிறக்கச் செய்வதனையே நட்பாகக் கூறுகின்றனர். இதனை,

> 'நட்டவர் குடி உயர்க்குவை'[82]

என மதுரைக்காஞ்சி கூறுகின்றது.

தலையானங்கானத்துச் செருவென்றப் பாண்டியன் நெடுஞ் செழியன் தன்னுடைய நண்பர்களை மேன்மைப்படுத்தியதைக் குறிப்பிட்டுள்ளார்.

ஒழுக்கம்

ஒழுக்கம் என்பது ஆணுக்கும், பெண்ணுக்கும் இன்றியமையாதது ஆகும். ஒரு ஆடவனோ, அல்லது பெண்ணோ ஒழுக்கம் தவறினால் அவர்களது குடும்பத்திற்கே

81 சிறுபாணாற்றுப்படை, வரிகள்.104-105
82 மதுரைக்காஞ்சி, வரி. 131

தீமை பயத்துவிடும். பொன்னால் ஆகிய ஆபரணம் உடைந்து விட்டால் கூட அதனைச் சரி செய்யலாம். ஆனால் ஒழுக்கம் தவறினால் அதனைச் சரி செய்யமுடியாது. எனவே ஒழுக்கம் மனிதனுக்கு முக்கியமாகக் கருதப்படுகிறது. இதனை,

"முத்தினும், மணியினும், பொன்னினும், அத்துணை
நேர்வரும் குரைய கலங்கெடின் புணரும்
சால்பும் வியப்பும் இயல்பும் குன்றின்
மாசு அறக் கழீஇ வயங்குபுகழ் நிறுத்தல்
ஆசறு காட்சி ஐயர்க்கும், அந்நிலை
எளிய என்னார் தொல்மருங்கு அறிஞர்;"[83]

எனக் குறிஞ்சிப்பாட்டு கூறுகின்றது.

அடக்கம்

அடக்கம் என்பது ஐம்புலனும் அடங்கிய நிலையில் இருப்பது ஆகும். சான்றோர்கள் அடக்கம் உடையவர்களாகக் காணப்படுவார்கள். ஒரு செயலைச் செய்யும் பொழுது அதற்குரிய காலம் வரை பொறுத்துக் கொண்டு செய்து முடிப்பவரே அடக்கம் உடையவர்கள் ஆவார்கள்.

பொய்பேசாமை

பொய் எல்லோராலும் வெறுக்கத்தக்கது ஆகும். ஒருவன் பொய் பேசுகிறான் என்றால் அவன் நாணத்திற்குள்ளாக வேண்டும். உண்மை பேசுவதையே எல்லோரும் விரும்புகின்றனர். சமுதாயத்தில் பொய் பேசுபவர்களை மதிப்பதில்லை. இதனை,

"பொய் அறியா வாய் மொழியான்
புகழ் நிறைந்த நல் மாந்தரொடு" [84]

என மதுரைக்காஞ்சி கூறுகின்றது.

நல்ல பண்பு கொண்ட சான்றோர்கள் விளையாட்டாகக் கூட பொய் பேசமாட்டார்கள். இதன் மூலம் சங்க காலத்திலே பொய் பேசுபவர்களை மக்கள் வெறுத்தனர் என்பதை அறியலாம்.

---

83 குறிஞ்சிப்பாட்டு, வரிகள். 13-18
84 மதுரைக்காஞ்சி, வரிகள். 19-20

புறங்கூறாமை

ஒருவன் தவறு செய்தால் அவன் கண்முன் வைத்து நீ செய்வது தவறு என்றால் அது குற்றம் கிடையாது. அவன் இல்லாதபொழுது மற்றவரிடத்துக் கூறுதல் தவறு ஆகும். தனக்கு வேண்டாத பகைவர்கள் என்றாலும் அவர்களைப் பற்றி புறங்கூறுதல் கூடாது. இதனை,

"நல்லோர் குழீஇய நாநாவில் அவையத்து
வல்லோர் ஆயினும் புறமறைத்துச் சென்றோரைச்
சொல்லிக் காட்டிச் சோர்வின்றி விளக்கி
நல்லிதின் இயக்கும் அவன் சுற்றத்து ஒழுக்கமும்"[85]

என மலைப்படுகடாம் கூறுகின்றது.

இன்றையச் சமுதாய மக்களுக்கு இந்தக் கருத்துக்கள் உதவுவதாகவே அமைந்துள்ளது.

இனியவை பேசுதல்

இனியவை பேசுதல் என்பது எல்லோராலும் விரும்பப்படுவது ஆகும்.

இதனால் மக்கள் வாழ்க்கையில் ஒற்றுமை நீடிக்கும். பகைமை உணர்வு ஏற்படாது. இனிய சொல் பேசுவதற்குத் தாயை உதாரணமாகக் கூறலாம். இதனை,

'மெல்லிய இனிய மேவரக் கிளந்து எம்'[86]

எனக் குறிஞ்சிப்பாட்டு கூறுகின்றது.

செய்நன்றி மறவாமை

ஒருவன் தனக்கு உதவி செய்தால் அதை வாழ்நாள் முழுவதும் மறத்தல் கூடாது. உதவி செய்ததை அடிக்கடி பாராட்டிப் பேசுதல் உலகியல் பண்பாகக் கருதப்படுகிறது. பசுவின் மடியை அறுத்தல், மகளிர் கருவை சிதைத்தல், பார்ப்பாருக்கு பிழை செய்தல், போன்றன கொடுமையான செயல்களுக்கு நிகராகக் கருதப்படுவது " செய்நன்றி மறத்தல்" ஆகும். இதனை,

85 மலைப்படுகடாம், வரிகள். 77-80
86 குறிஞ்சிப்பாட்டு, வரி.138

"ஆன்முலை அறுத்த அறனிலோர்க்கும்
மாண்இழை மகளிர் கருச்சிதைத் தோர்க்கும்
குரவர்த் தப்பிய கொடுமை யோர்க்கும்
வழுவாய் மருங்கில் கழுவாயும் உள! என,
நிலம்புடை பெயர்வது ஆயினும், ஒருவன்
செய்தி கொன்றோர்க்கு உய்தி, இல்! என
அறம் பாடிற்றே ஆயிழை கணவ!"[87]

எனப் புறநானூறு கூறுகின்றது.

இன்னா செய்யாமை

பிறருக்கு நன்மை செய்யாவிட்டாலும் தீங்கு விளைவிக்காமல் இருக்க வேண்டும். பிறரைத் துன்பப்பட வைப்பது கடிந்து ஒதுக்கப்பட்டச் செயலாகக் கருதப்பட்டது.

ஈதல்

ஒருவன் தன்னிடம் வறுமையைக் கூறி இரப்பதற்கு முன்பாகவே பொருளைக் கொடுத்து விடுவார்கள். இவர்கள் தம்பெயர் நிலைக்க வாழ்வார்கள். பிறருக்கு ஈவதால் அவருடைய செல்வம் பெருகுமே தவிர குறையாது. தன்னுடைய பொருளை யார்க்கும் கொடுக்காமல் சேர்த்து வைத்தால் அது கரைந்து போய்விடும். எனவே ஈதல் என்பது இன்றியமையாதது ஆகும். இதனை,

"பரந்து இடம் கொடுக்கும் விசும்புதோய் உள்ளமொடு,
நயந்தனிர் சென்ற நும்மினும் தான்பெரிது
உவந்த உள்ளமொடு அமர்ந்தினிது நோக்கி,[88]

என மலைப்படுகடாம் கூறுகின்றது.

மேலும் நன்னனின் ஈதல் சிறப்பைப் பற்றி பெருங்கௌசிகனார் கூறியுள்ளார். இதனை,

"மழைசுந்ர தன்ன ஈகை நல்கித்
தலைநாள் விடுக்கும் பரிசில்"[89]

என மலைப்படுகடாம் கூறுகின்றது.

87 புறநானூறு, 34: வரிகள் 1-7
88 மலைப்படுகடாம், வரிகள். 558-560
89 மேலது, வரிகள். 580-581

இன்றையச் சமுதாயத்தில் மக்கள் ஈதலில் சிறந்தவர்களாகக் காணப்படுகிறார்கள். அனாதை இல்லங்கள் போன்றவற்றிற்குப் பணம் கொடுத்து உதவி செய்வதை ஈதலின் சிறப்பாகவே கூறலாம்.

கொடை

கொடையளிப்பதிலும் சங்க கால மக்கள் சிறந்து காணப்பட்டனர்.

கடையெழு வள்ளல்களான பாரி, ஓரி, மலையன், எழினி, பேகன், ஆய், நள்ளி போன்ற எழுவரும் கொடையில் சிறந்து விளங்கிக் காணப்பட்டனர். இவர்களுக்கு அடுத்து கொடையளிப்பதில் நல்லியக்கோடன் சிறந்தவனாகத் திகழ்ந்தான். இதனை,

"எழுவர் பூண்ட ஈகைச் செந்நுகம்
விரிகடல் வேலி வியலகம் விளங்க
ஒருதான் தாங்கிய உரனுடை நோன் தாள்"[90]

எனச் சிறுபாணாற்றுப்படை கூறுகின்றது.

மேலும் கொடைச் சிறப்பைப் பற்றி

"பிடிக்கணம் சிதறும் பெயல்மழைத் தடக்கைப்
பலஇயக் கோடியர் புரவலன் பேர் இசை
நல்லியக் கோடனை நயத்த கொள்கையொடு"[91]

என சிறுபாணாற்றுப்படை கூறுகின்றது.

இன்றைய மக்கள் கோயில்களில் அன்னதானம் செய்தல், கோயில்கள் கட்டுவதற்கும், விடுதிகள் கட்டுவதற்கும் நன்கொடை அளித்தல் போன்றவை சங்க கால மக்களின் வழி வந்த நற்குணங்கள் ஆகும்.

இறப்பு பற்றிய செய்திகள்

இறப்பு என்பது அரசர்களுக்கும் உண்டு. ஏழை மனிதனுக்கும் உண்டு. இவ்வுலகத்தில் பிறந்த அனைத்து

90 சிறுபாணாற்றுப்படை, வரிகள். 113-115
91 மேலது, வரிகள். 124-126

உயிரினங்களுக்கும் இறப்பு உண்டு. ஆயினும் இறப்பு எல்லோருக்கும் அச்சத்தைத் தருவது ஆகும். இதனை,

"பணைகெழு பெருந் திறள் பல்வேல் மன்னர்
கரைபொருது இரங்கும், கணை இருமுந்நீர்
திரைஇடு மணலினும் பலரே; உரைசெல
மலர்தலை உலகம் ஆண்டு கழிந்தோரே!"[92]

என மதுரைக்காஞ்சி கூறுகின்றது. இதுபோன்ற வாழ்வியல் மரபுகளைப் பத்துப்பாட்டுள் காணலாம்.

❖❖❖

92 மதுரைக் காஞ்சி, வரிகள். 234-237

5. விழாக்களும் சமூகமும்

ஆதிமனிதன் தன்னுடைய உடலை மறைப்பதற்கு மரத்தின் இலைகளைக் கோர்த்துக் கட்டியிருந்தான். அவர்கள் காற்று, மழை, தீ முதலியவற்றைக் கண்டு அஞ்சினர். மனிதனின் சக்திக்கு மீறிய ஒரு சக்தி இருக்கிறது என எண்ணினான். அதுவே தெய்வ சக்தி ஆகும். எனவே அவற்றை வழிபட்டால் தனக்கு எந்த இடையூறும் வராது என இயற்கையை வழிபடத் தொடங்கினான்.

மலை, காடு, மரம், கடல் முதலியவற்றில் எல்லாம் கடவுள் உறைந்திருப்பதாகக் கருதினான். அவற்றிற்குப் பூசைகள் செய்து வழிபட்டான். அவைகள் தனக்கு நன்மையே செய்யும் என நம்பினான்.

படையல்கள் வைத்து இறைவனை வழிபட்ட மனிதன், தனக்குக் கிடைத்ததில் முதல் பொருளை இறைவனுக்கு வைத்து வணங்கினான். தன்னிடம் இருந்த விலங்குகள், பழங்கள், காய்கறிகள் முதலியவற்றைப் படையல் செய்து இறைவனுக்குப் படைத்தான். எனவேபழங்கால மனிதன் இயற்கையைத் தெய்வமாக வழிபட்டான் என்பதையே அறிய முடிகிறது.

வணங்கும் முறை

தன்னுடைய தேவைகளுக்காக இறைவனை வேண்டி அவை பூர்த்தியான நிலையில் இறைவனுக்கு நன்றி கூறி தன்னுடைய மகிழ்ச்சியை விழாக்கள் நடத்தி தெரிவித்தான். முதலாவதாக இயற்கை வழிபாட்டு முறையே நடைபெற்றது.

இயற்கை வழிபாடு

அக்கால மக்கள் தங்களைச் சுற்றியுள்ள மலை, காடு, மரம், நீர் நிலை, கழி, கடல் முதலியவற்றில் எல்லாம் இறைவன் உறைந்திருப்பதாக எண்ணி வழிபட்டான்.

மலைகளிலும், காடுகளிலும், மரஞ்செடி கொடிகளிலும், மலர் மண்டிக் கிடக்கும் தோட்டங்களிலும், புதர்களிலும் இறைவன் உறைந்திருப்பதாகக் கருதி வணங்கினர்.

மரங்களின் அடிப்பகுதியில் தெய்வம் இருப்பதாக எண்ணினர். அவ்வாறு வழிபட்ட மரங்கள் வேம்பு, பனை, ஆலமரம், வேங்கை, ஓமை, கள்ளி போன்றவைகள் ஆகும். இவைகளைக் கண்டு அவன் அச்சம் கொண்ட காரணத்தால் இயற்கை வழிபாட்டுமுறை தோன்றியது. இவ்வழிபாட்டு முறைகளைச் சிறுதெய்வ வழிபாட்டு முறை என்று கூறினார்கள்.

மலை உறை தெய்வங்கள்

மலைகளில் தெய்வங்கள் உறைந்திருப்பதாகவும் அவைகள் மக்களைக் காவல் புரிவதாகவும் சங்ககால சமுதாயத்தினர் நம்பினார்கள். அவைகளின் அருகில் சென்றால் துன்பம் விளைவிப்பதாகவும் அவை அளவிலும் பெரியதாகவும் இருக்கும் என மக்கள் நம்பினர். மலையில் உறையும் தெய்வத்திற்கு 'வரையா மகளிர்' எனப் பெயரிட்டு அழைத்தனர். வரையாமகளிர் காடுகளில் பூக்கள் நிறைந்த இடங்களில் இருப்பதாகக் கருதினார்கள்.

மலை உறை தெய்வங்கள் பார்ப்பதற்கு அச்சம் தரும் தன்மையைக் கொண்டது. மலைப்பகுதி வழியாகச் செல்பவர்கள் நெடுநாள் மலைகளில் தங்கமாட்டார்கள். ஏனெனில் இத்தெய்வத்தால் தங்களுக்குத் தீங்கு நேரிடுமோ என அஞ்சியே தங்கமாட்டார்கள். இதனை,

"அனையது அன்று அவன் மலைமிசை நாடே
நிரை இதழ்க் குவளைக் கமவீ தொடினும்
வரைஅர மகளிர் இருக்கை காணினும்
உயிர்செல வெம்பிப் பனித்தலும் உரியிர்
பலநாள் நில்லாது நிலநாடு படர்மின்" [1]

என மலைப்படுகடாம் கூறுகின்றது.

நன்னனின் மலைநாட்டிற்குச் செல்லும் கூத்தர்களிடம் மலைநாட்டில் அதிக நாள் தங்கி இருக்காமல் விரைவில்

1 மலைப்படுகடாம், வரிகள். 188-192

வந்துவிடுமாறு கூறப்பட்டுள்ளது. வரையா மகளிரால் ஏற்படும் அச்சமே இதற்குக் காரணம் ஆகும்.

வரையா மகளிர் தோற்றம்

மிகுந்த அழகு படைத்தவர்களாக இப்பெண்கள் காணப்படுவர். வரையா மகளிர் மலைகளில் பரந்து விளையாடுவார்கள். அவ்வாறு விளையாடுவதால் மலைப்பகுதியில் உள்ள மலர்கள் உதிர்ந்து கீழே பரந்து கிடக்கும். அதனைப் பார்ப்பதற்குப் பூக்களை விரித்து வைத்தாற்போன்று காணப்படும். இதனை,

"வரைஅர மகளிரின் சாஅய் விழைதக
விண்பொரும் சென்னிக் கிளை இய காந்தள்
தண்கமழ் அலரி தாஅய் நன்பல
வம்புவிரி களத்தின் கவின்பெறப் பொலிந்த
குன்று கெழு நாடன்............"[2]

எனக் குறிஞ்சிப்பாட்டு கூறுகின்றது.

காடு உறை தெய்வங்கள்

காடுகளிலும் தெய்வங்கள் உறைவதாகக் கூறப்பட்டுள்ளன. காடுகளில் உள்ள மரம், செடி, கொடி முதலியவற்றில் தெய்வம் இருப்பதாக மக்கள் எண்ணினர்.

காட்டில் உள்ள தெய்வங்களைப் பொருநர்கள் வழிபடும் முறையைச் சங்க நூற்கள் அறிவிக்கின்றன. பாடினி பாடிய தாளத்திற்குப் பொருந்த யாழினை இசைத்துப் பாணன் காட்டுத்தெய்வங்களை வழிபட்டான். இதனை,

"பெடை மயில் உருவின் பெருந்தகு பாடினி
பாடின பாணிக்கு ஏற்ப நாள்தோறும்
களிறு வழங்கு அதர கானத்து அல்கி
இலை இல் மரா அத்த எவ்வம் தாங்கி
வலை வலந்தன்ன மென்நிழல் மருங்கில்
காடு உறை கடவுட் கடன் கழிப்பிய பின்றை"[3]

2 குறிஞ்சிப்பாட்டு , வரிகள். 195-199
3 பொருநராற்றுப்படை, வரிகள். 47 - 52

எனப் பொருநராற்றுப்படையில் முடத்தாமக் கண்ணியார் கூறியுள்ளார்.

படையல் கொடுத்தல்

காடுகளில் உள்ள மரங்களின் கிளைகளில் பெரிய மாலைகளைத் தொங்க விடுவர். மரங்களின் அடிப்பகுதியில் பலிச் சோறு கொடுப்பார்கள். பலியிட்ட சோற்றினைக் காக்கைகள் தங்கள் இனத்துடன் உண்டு மகிழ்ச்சி அடையும். அவ்வாறு செய்வதால் காடுறை தெய்வத்தால் மக்களுக்குத் துன்பம் ஏற்படாது என்று மக்கள் எண்ணினார்கள்.

இன்றைய கிராமங்களிலும் பனைமரம், வேப்பமரம், ஆலமரம் போன்றவைகளின் அடிப்பகுதியில் துணியைக் கட்டி அதற்கு வழிபாடு செய்து விழாக்கள் போன்றவை செய்கின்றனர். இன்றைய சமூகத்திலும் சங்ககால மக்கள் பின்பற்றிய வழிமுறைகளைக் கடைபிடித்து வருகின்றனர்.

நீர்த்துறைக் கடவுள்

சுனை, குளம், ஆறு, கடல், கழிமுகம் முதலியவற்றில் கடவுள் உறைந்திருப்பதாகச் சங்க கால மக்கள் கூறினர். இவைகளால் மக்களுக்கு எந்த இடையூறும் ஏற்படக்கூடாது என்பதற்காக விழாக்கள் நடத்தினர்.

வருத்தும் தெய்வங்கள்

மலை, மரம், நீர் இவைகளில் உறையும் தெய்வங்கள் பெரும்பாலும் வருத்தும் தன்மை கொண்டவை. இவற்றை அணங்கு, சூர் என்று அழைத்தனர். இதனை,

> "அன்றே விடுக்கும் அவன் பரிசில் இன்சீர்க்
> கின்னரம் முரலும் அணங்குடைச் சாரல்"[4]

எனப் பெரும்பாணாற்றுப்படையில் கடியலூர் உருத்திரங்கண்ணனார் கூறியுள்ளார்

4 பெரும்பாணாற்றுப்படை, வரிகள். 493-494

சூரினால் தாக்கப்பட்டவர் நிலை

சூர் எனும் தெய்வத்தால் பாதிக்கப்பட்டவர்கள் துள்ளித் துள்ளி ஆடுவார்கள். விலங்குகள் கூட சூரினால் பாதிக்கப்படுவதாக மக்கள் கருதினர். இதனை,

'சூர் உறுமஞ்ஞையின் நடுங்க ....'[5]

எனக் குறிஞ்சிப்பாட்டு கூறுகிறது.

அணங்கு, சூர் எனும் தெய்வங்கள் ஆண் தெய்வங்களுக்குச் சிறுபான்மையும் பெண் தெய்வங்களுக்குப் பெரும்பான்மையும் குறிப்பிடப்பட்டுள்ளது. மக்கள் சமூகத்தில் பயன்படுத்தும் முக்கியமானப் பொருள்களில் அணங்கு, சூர் குடியிருப்பதாக எண்ணி வழிபாடு செய்தனர்.

யாழில் அணங்கு

யாழ் இசைக்கருவி ஆகும். இதில் உறையும் தெய்வம் அணங்கு என அழைக்கப்படுகிறது.

இதனை,

"மணம் கமழ் மாதரை மண்ணி அன்ன
அணங்கு மெய்ந் நின்ற அமைவரு காட்சி
ஆறலைக் கள்வர் படைவிடை அருளின்
மாறுதலை பெயர்க்கும் மருவு இன்பாலை"[6]

எனப் பொருநராற்றுப்படை கூறுகின்றது. பொருநனின் யாழின் அருமையைக் கூறிய புலவர் யாழின் தெய்வம் அணங்கு என்றும் கூறியுள்ளார்.

ஆயுதங்களில் அணங்கு

வீரர்கள் தாங்கள் கையில் ஏந்தி நிற்கும் ஆயுதங்களிலும், அணங்கு வீற்றிருக்கும். இதனைத் தெய்வமாகக் கருதி வழிபாடு செய்தால் போர் வீரர்களுக்கு வெற்றியை நல்குவாள் என நம்பினர்.

---

5 குறிஞ்சிப்பாட்டு, வரி.169
6 பொருநராற்றுப்படை, வரிகள். 19-22

முரசிலும் அணங்கு

முரசு அரண்மனையில் முக்கியமாக இடம்பெறும் ஒரு கருவி ஆகும். அரசர்கள் இம்முரசினை வைக்கும் இடத்திற்கு முரசு கட்டில் என்று பெயர். முரசில் தெய்வம் உறைவதாக எண்ணி நீராட்டி, மாலை சூடுவர். குருதிப்பலியும், கள்ளும் படைத்து வழிபடுவர். யாழ் வீரர்களின் ஆயுதங்கள், முரசுகள் போன்றவற்றைப் போற்றி வழிபட்டனர்.

பேய், பிசாசு, பூதம்

இவை மூன்றும் சிறு தெய்வங்கள் ஆகும். இவைகளும் வருத்தும் தன்மை கொண்டது. பேய், பிசாசு, பூதம், பழு, பாசம், கூளி, கழுகு இவை அனைத்தும் ஒரே இனமாகக் கருதப்படுகிறது. இவைகள் நடு இரவில் மட்டும் தான் உருவம் கொண்டு திரியும். பகல் நேரங்களில் உருவம் வெளிப்படாது என்று கூறப்படுகிறது. இதனை,

"பானாட் கொண்ட கங்குல் இடையது
பேயும் அணங்கும் இருவு கொண்டு ஆய்கோல்
கூற்றக் கொல்தேர் கழுதொடு கொட்ப"[7]

என மதுரைக்காஞ்சி கூறுகின்றது. மேலும் கொற்றவைக்கு உரிய தெய்வமாகப் பேய்கள் கூறப்படுகிறது. இதனை,

'துணங்கை அம் செல்விக்கு அணங்கு நொடித்தாங்கு'[8]

எனப் பெரும்பாணாற்றுப்படை கூறுகின்றது.

பேயின் தோற்றம்

பேய் அச்சம் தரும் தன்மை கொண்டது என்பது அனைவரும் அறிந்ததாகும். அதனுடையத் தோற்றத்தைப் பத்துப்பாட்டு சிறப்பாக வருணித்துள்ளது. இதனை,

'பேய்க்கண் அன்ன பிளிறுகடி முரசம்'[9]

எனப் பட்டினப்பாலை கூறுகின்றது.

காதனியின் அமைப்பு வெள்ளாட்டு மறியைக் காதணியாகத் தொங்கவிட்டிருப்பது போல காணப்பட்டது.

---

7 மதுரைக்காஞ்சி, வரிகள். 631-633
8 பெரும்பாணாற்றுப்படை, வரி.459
9 பட்டினப்பாலை, வரி. 236

இதனை,

'கருமறிக் காதின் கவை அடிப் பேய்மகள்'[10]

எனச் சிறுபாணாற்றுப்படை கூறுகின்றது.

பேயின் நாக்கு பெரியதாகக் காணப்படும். மேல் நோக்கி எரியும் நெருப்புக் கொழுந்து சாய்ந்தது போன்று காணப்படும். இதனை,

'எரி மறிந்தன்ன நாவின் இலங்கு எயிற்று'[11]

எனச் சிறுபாணாற்றுப்படை கூறுகின்றது.

இவற்றின் பற்கள் ஒன்றுடன் ஒன்று மாறுபட்டு நீண்டு காணப்படும். பேயின் பாதங்கள் பிளவுபட்டுத் தோன்றும். இதனை,

"அவை இருந்த பெரும் பொதியில்
கவை அடி கடு நோக்கத்து"[12]

என மதுரைக்காஞ்சி கூறுகின்றது.

இவ்வகையில் காணப்படும் பேயின் தோற்றம் அழகுடையதல்ல. அச்சம் தரும் தன்மை கொண்டது ஆகும். இக்காட்சியை எல்லாம் ஒரு சேர பிணைத்து நக்கீரர் சொற்சித்திரமாகக் கூறியுள்ளார். இதனை,

"உலறிய கதுப்பின் பிறழ் பல் பேழ்வாய்ச்
சுழல்விழிப் பசுங்கண் சூர்த்த நோக்கின்
கழல்கட் கூகையடு கடும் பாம்பு தூங்கப்
பெருமுலை அலைக்கும் காதின் பிணர்மோட்டு
உருகெழு செலவின் அஞ்சுவரு பேய் மகள்"[13]

எனத் திருமுருகாற்றுப்படை கூறுகின்றது.

இப்பேய்கள் கூத்துகளும் ஆடும், மகிழ்ச்சியின் பொழுது ஆடும் ஆட்டமாகக் கூத்து அமைந்தமையை அறியலாம்.

---

10 சிறுபாணாற்றுப்படை, வரி.197
11 சிறுபாணாற்றுப்படை, வரி. 196
12 மதுரைக்காஞ்சி, வரிகள். 161-162
13 திருமுருகாற்றுப்படை, வரிகள். 47-51

துணங்கைக் கூத்து

போர்க்களத்தில் பேய்கள் ஊன் உண்ட மகிழ்ச்சியில் துணங்கைக் கூத்தாடி மகிழும். ஊன் என்பது இறந்த பிணத்தைக் குறிப்பிடுகிறது. இதனை,

"ஒண்தொடித் தடக்கையின் ஏந்தி வெருவர
வென்று அடு விறற்களம் பாடித் தோள்பெயரா
நிணம்தின் வாயாள் துணங்கை தூங்க"[14]

எனத் திருமுருகாற்றுப்படை கூறுகின்றது.

பேய்களில் பெண்பால் பேய்களே அதிகமாக இருந்ததாகச் சங்க கால நூற்கள் அறிவிக்கின்றன.

பத்துப்பாட்டு நூற்கள் அணங்கு, சூர், பேய், பிசாசு, பூதம் முதலியவை வருத்தும் தன்மை கொண்ட சிறு தெய்வங்கள் எனக் கூறுகின்றன. இதனைப் பழங்கால மக்கள் வழிபட்டு வந்தனர். இன்றும் சில கிராமங்களில் மக்கள் பேய், பிசாசு இவைகளுக்கு வழிபாடு செய்து வருகின்றனர்.

ஊர்களில் உறையும் தெய்வங்கள்

மக்கள் தாங்கள் வாழும் ஊர்களில் சதுக்கங்கள், சந்திகள், மன்றங்கள், இல்லங்கள் முதலியவற்றில் தெய்வம் உறைவதாக எண்ணி வணங்கினார்கள் இதனை,

"சதுக்கமும், சந்தியும், புதுப்பூங் கடம்பும்
மன்றமும் பொதியிலும், கந்துடை நிலையினும்"[15]

எனத் திருமுருகாற்றுப்படை கூறுகின்றது.

சதுக்கம் என்பது நான்கு தெருக்கள் கூடும் பகுதி ஆகும். சந்தி என்பது முச்சந்தி ஐஞ்சந்திகளைக் குறிக்கும்.

மன்றம் என்பது ஊருக்குள் பெரியதாக வளர்ந்த மரத்தின் அடிப்பகுதியில் தெய்வம் உறைவதாக நினைத்து அவற்றை வழிபடுவது ஆகும். இவ்வழக்கம் இன்றும் நம்முடைய கிராமங்களில் நடைபெற்று வருகிறது.

14 திருமுருகாற்றுப்படை, வரிகள். 54-56
15 மேலது, வரிகள். 225-226

பொதியில் என்பது சுவர் எழுப்பி அமைக்கப்பட்ட பொது இடமாகும். அப்பொதியிலில் மரத்தால் ஆகிய தூணில் இறைவனை வைத்து வழிபட்டனர். மேலும் பொதியிலில் சுவர்களில் இறைவனின் உருவத்தை வரைந்து வழிபடுவார்கள்.

ஊருக்குள் புதிதாக வரும் மக்கள் பொதியிலில் வழிபட்டு அங்கு தங்குவார்கள். பெண்களும் வழிபட்டுச் சென்றனர். அரசன் சிறைபிடித்து வந்த மகளிருக்கு பொதிவிலில் மெழுகுவதற்காக பணியைக் கொடுத்தனர். இதனை,

"கொண்டி மகளிர் உண்துறை மூழ்கி
அந்தி மாட்டிய நந்தா விளக்கின்
மலர்அணி மெழுக்கம், ஏறிப் பலர் தொழ
வம்பலர் சேக்கும் கந்துடைப் பொதியில்"[16]

எனப் பட்டினப்பாலை கூறுகின்றது.

கொண்டி மகளிர் என்பது சிறை பிடிக்கப்பட்டவர்களைக் குறிப்பிடுவது ஆகும். இதன் மூலம் பெண்கள் பழங்காலத்திலேயே கோவில் பணிவிடைக்கு அமர்த்தப்பட்டிருப்பதை அறியலாகிறது. இன்றைய காலத்தில் பெரும்பாலும் கோவில் பணிவிடைக்கு அமர்த்தப்படவில்லை எனலாம்.

இல்லுறை தெய்வம்

இல்லங்களிலும் தெய்வ வழிபாடு பண்டைய காலத்தில் நிகழ்த்தப் பெற்றது. ஊர்களில் உலாவுகின்ற அணங்குகளே இல்லங்களில் குடியிருப்பதாகக் கருதினர். இத்தெய்வங்கள் வீட்டின் வாயிலில் குடியிருக்கும். இதனை,

"தொல்வலி நிலைஇய அணங்குடை நெடுநிலை
நெய்படக் கரிந்த திண்போர்க் கதவின்"[17]

என மதுரைக்காஞ்சி கூறுகின்றது.

வாயிலில் மலர் மாலை சூடுதல்

வாயில்களில் இல்லுறை தெய்வங்கள் இருப்பதால் அவைகள் மகிழ்வதற்காக மலர்மாலை அணிந்து கொடிகளும் கட்டி இருந்தனர். இதனை,

16 பட்டினப்பாலை, வரிகள். 246-249
17 மதுரைக்காஞ்சி, வரிகள். 353-354

'மலரணி வாயில் பலர்தொழு கொடியும்''[18]

எனப் பட்டினப்பாலை கூறுகிறது.

மக்கள் இன்றைய காலத்திலும் வீட்டின் முன்புறம் உள்ள வாயிற் கதவில் மலர் தோரணங்கள் கட்டியிருப்பதைக் காணலாம். இது கிராம மக்களிடம் மட்டுமல்லாது நகர்புற மக்களிடத்திலும் காண முடிகிறது. இவை நம் முன்னோரைப் பின்பற்றி வந்த வழிபாட்டு முறையைக் குறிப்பிடுகிறது.

மாலை நேரத்தில் விளக்கேற்றுதல்

இல்லங்களில் மாலைப் பொழுதில் இரும்பால் செய்த தகளியில் விளக்கு ஏற்றி வழிபட்டனர். இத்துடன் நெல்லையும், மலரையும் தூவி இல்லுறைத் தெய்வத்தை வணங்கினார்கள். மாடமாளிகைகளில் வாழும் பெண்கள் இல்லுறை தெய்வத்தை வழிபட்டனர். இதனை,

"மடவரல் மகளிர் பிடகைப் பெய்த
செவ்வி அரும்பின் பைங்கால் பித்திகத்து
அவ்விதழ் அவிழ் பதம் கமழப் பொழுது அறிந்து
இரும்செய் விளக்கின் ஈரந்திரிக் கொளீஇ
நெல்லும் மலரும் தூஉய்க் கைதொழுது
மல்லல் ஆவணம் மாலை அயர''[19]

என நெடுநல்வாடையில் நக்கீரர் கூறியுள்ளார்

பாவை விளக்குகள்

இல்லங்களிலும், மன்றங்களிலும் பாவை விளக்குகள் அமைக்கப்பட்டிருந்தன. அவைகள் மரம், மண், கல், உலோகம் முதலியவற்றால் செய்யப்பட்டிருந்தது. சிறந்த பொன்னாலும் கூட பாவை விளக்குகள் செய்யப்பட்டிருந்தன. இதனை,

"செந்நீர்ப் பசும்பொன் புனைந்த பாவை
செஞ்சுடர்ப் பசுவெயில் தோன்றியன்ன
செய்யர் ....''[20]

என மதுரைக்காஞ்சியில் மாங்குடி மருதனார் கூறியுள்ளார்.

---

18 பட்டினப்பாலை, வரி.160
19 நெடுநல்வாடை, வரிகள். 39-44
20 மதுரைக்காஞ்சி, வரிகள். 410-412

பலவிதமான உலோகங்களால் ஆன பாவை விளக்குகளை அக்கால மக்கள் இறைவழிபாட்டிற்குப் பயன்படுத்தினர் என்பதை அறியலாம். இன்றும் பெரிய கோயில்களின் வாயில் பகுதியிலும், உட்பிரகாரங்களிலும் இவ்வகை விளக்குகள் அமைந்திருப்பதைப் பார்க்க முடிகிறது.

அரண்மனைகளில் பாவை விளக்குகள்

அரண்மனைகளிலும், அந்தப்புரங்களிலும் பாவை விளக்குகள் ஒளி விடுவதை அக்காலத்தில் காணமுடிந்தது.

சித்திரப்பாவை

சுவர்களில் சித்திரங்களாகப் பாவை வடிவம் தீட்டப்படுவதும் உண்டு. இதனைச் சித்திரப்பாவை என்பர். இதனை,

"வல்லோன் தைஇய வரிப்புனை பாவை
முருகு இயன்றன்ன உருவினை ஆகி"[21]

என மதுரைக்காஞ்சியில் மருதனார் கூறியுள்ளார்.

சிறு தெய்வங்கள் சங்க காலத்தில் இருந்ததாக அறியமுடிகிறது.

இதனைப்போன்று ஐந்திணை மக்களும் பெருந்தெய்வங்களாகக் கருதி சிலறை வழிபட்டனர்.

முருகன்

முருகன் குறிஞ்சி நிலக் கடவுள். பத்துப்பாட்டுள் முதலாவதாக அமைந்த திருமுருகாற்றுப்படை முருகனின் பெருமையைப் பேசுகிறது. மலைவாழ் மக்கள் போற்றும் பெருந்தெய்வம் முருகன். முருகனின் தனிப்பெயர் 'குறிஞ்சிக்கிழவன்' ஆகும். இதனை,

'விண்பொரு நெடுவரைக் குறிஞ்சிக் கிழவ'[22]

எனத் திருமுருகாற்றுப்படை கூறுகின்றது.

21 மதுரைக்காஞ்சி, வரிகள். 723-724
22 திருமுருகாற்றுப்படை, வரி. 267

மலைக்கடவுள்

குறிஞ்சி நிலம் மலைப்பகுதியாகக் காணப்பட்டதால் 'மலைக் கடவுள்' என்ற பெயரும் அமைந்திருந்தது. இதனை,

"அறம்புணை ஆகத் தேற்றிப் பிறங்கு மலை
மீமிசைக் கடவுள் வாழ்த்திக் கை தொழுது
ஏமுறு வஞ்சினம் வாய்மையின் தேற்றி"[23]

எனக் குறிஞ்சிப்பாட்டு கூறுகின்றது.

மேலும் முருகப்பெருமானுக்குப் பல பெயர்கள் இருந்தன. அவை முருகு, முருகன், சேய், நெடியோன், குமரன், சேயோன், வேள், செவ்வேள், நெடுவேள், வேலன், வேலோன், மதவலி முதலியன ஆகும்.

திரு அவதாரம்

முருகப்பெருமானின் திரு அவதார நிகழ்ச்சியைப் பத்துப்பாட்டு நூல்கள் அறிவுறுத்துகின்றன. திரிபுராந்தகன் உமையொடு கூடி முருகன் உருப்பெற இந்திரனின் குறுக்கீட்டால் கருச்சிதைந்தது பின்னர் அறுமுனிவரின் ஆவியுள் நுழைந்து அவர்களின் பத்தினியரின் கருப்பத்துள் நுழைந்து இமயத்தின் உச்சியில் உள்ள சுனையில் பெற்றெடுக்கப்பட்டான். அன்றே இந்திரனை வென்று அவனுடைய ஆயுதங்களைக் கையுறையாகக் கொண்டான். அவை வேலாயுதம், கோழிக்கொடி, அங்குசம், பாசம், வில், அம்பு, கத்தி, கேடயம், வாள், கோடாரி, சூலம், சுதை, சங்கம், சக்கரம் வஜ்ரம், தண்டம், உளி, தோமரம், கரும்புவில், மலரம்புமணி, ஜபமாலை, கமண்டலம், தாமரை, சுருவம், (மறி, மயில், சேவல், வில், மரன், வாள், ஈட்டி, கோடரி, மழு, கனலி, மாலை, மணி போன்றன ஆகும்.) இவற்றை முருகப்பெருமான் தன்னுடைய பன்னிரு கைகளிலும் கொண்டு காட்சி அளித்தான். இதனை,

23 குறிஞ்சிப்பாட்டு, வரிகள். 208-210

"நெடும்பெருஞ் சிமையத்து நீலப் பைஞ்சுனை
ஐவருள் ஒருவன் அங்கை ஏற்ப
அறுவர் பயந்த ஆறு அமர் செல்வ"[24]

எனத் திருமுருகாற்றுப்படையில் நக்கீரர் கூறியுள்ளார்.

முருகனின் தோற்றம்

இளம் சூரியனைப் போன்ற ஒளியுடன் திகழ்பவன் முருகன். பன்னிரண்டு கைகளுடன் மயிலின் மேல் அமர்ந்திருப்பான். அவரின் நிறத்தைப் போன்றே அவர் அணியும் ஆடை, மாலை, கொடி முதலியன எல்லாம் செந்தீப் பிழம்பாகக் காட்சி அளித்தன. கடம்ப மாலையும் முத்துமாலையும் அணிந்திருப்பான். தலையில் காந்தளைச் சூடியிருப்பான். பல வகை அணிகளை அணிந்து அழகுடன் காணப்பட்டான். இதனை,

"செய்யன் சிவந்த ஆடையன் செவ்வரைச்
செயலைத் தண் தளிர் துயல்வரும் காதினன்
கச்சினன் கழலினன் செச்சைக் கண்ணியன்
....
....
மருங்கில் கட்டிய நிலன் நேர்பு துகிலினன்"[25]

எனத் திருமுருகாற்றுப்படை கூறுகின்றது.

முருகனின் தோற்றத்தை நக்கீரர் சிறப்பாக வருணித்துள்ளார்.

வீரம்

முருகப்பெருமான் வீர தீரச் செயல்களைத் திறம்படச் செய்வதில் சிறந்தவன். இந்திரனுக்குப் பகையாகிய அசுரர்களை வென்று அழித்தவன் சூரபன்மாவை அழித்தவன் முருகன். இதனை,

"வானோர் வணங்குவில் தானைத் தலைவ"[26]

எனத் திருமுருகாற்றுப்படை கூறுகின்றது.

24 திருமுருகாற்றுப்படை, வரிகள். 253-255
25 திருமுருகாற்றுப்படை, வரிகள். 206-214
26 மேலது, வரி.260

குருகு பெயர்க் குன்றமாகிய கிரௌஞ்சமலையை வேலால் எறிந்து அழித்தது முருகப்பெருமானின் வீரத்தை உணர்த்துகிறது.

இந்திரன் அவனது மகளாகிய தெய்வானையை முருகனுக்குத் திருமணம் செய்து கொடுத்தற்குக் காரணம் தேவர்களுக்கு உதவியதனால் தான். எனவே வீரத்தில் சிறந்தவன் முருகன் என்பது புலப்படும்.

வெறியாட்டு வழிபாடு

முருகப்பெருமான் கன்னிப்பெண்களைத் தீண்டி வருத்துபவன். அதனால் அப்பெண்கள் முருகனுக்கு வெறியாட்டு எடுத்து வழிபாடு செய்தனர். வெறியாட்டில் முருக பூசை செய்பவன் 'வேலன்' ஆவான். வேலனே பூசைக்குரிய சடங்குகளைச் செய்வான். குறவரும், ஆடவரும், மகளிரும் ஒன்று கூடி வெறியாட்டு எடுப்பர். ஊர் மன்றங்களிலும் குரவைக் கூத்து ஆடி வெறியாட்டு நடத்தினர். இதனை,

> "அருங்கடி வேலன் முருகொடு வளைஇ
> அரிகூடு இன் இயம் கறங்க நேர் நிறுத்துக்
> கார்மலர்க் குறிஞ்சி சூடிக் கடம்பின்
> சீர்மிகு நெடுவேள்பேணித் தழூஉப் பிணையூஉ
> மன்று தொறும் நின்ற குரவை சேரிதொறும்" [27]

என மதுரைக்காஞ்சி கூறுகின்றது.

வெறியாட்டுக்களம்

வெறியாட்டுக்களம் அச்சம் தருவதாகக் காணப்பட்டது. பலவகையான அலங்காரங்களைச் செய்து இருந்தனர். கோழிக் கொடியைக் கட்டியும், நெய்யையும், வெண் சிறு கடுகையும் வெறியாட்டுக்களத்தில் அப்பி வைத்திருந்தார்கள். வெறியாட்டின் போது மந்திரங்களை மென்மையாக உரைத்துக் கொண்டிருப்பார்கள்.

---

27 மதுரைக் காஞ்சி, வரிகள். 611-615

வெறியாட்டில் படையல்

முருகப் பெருமானுக்கு வழிபாடு செய்யும் பொழுது பலியும் இட்டனர். ஆட்டுக்கிடாயின் உதிரத்தில் வெள்ளரிசியைக் கலந்து சிறுபலியாகக் கொடுப்பதையும் தெரியலாம். பலவகையான சோற்றுப்படையல்களைக் கூடைகளில் பரப்பி வைத்தனர். அதனுடன் சந்தனம் முதலியவற்றைத் தெளித்து செவ்வரளி மாலையைத் தொங்கலாக் கட்டியிருந்தனர்.

பல்வேறு வாத்தியங்கள் முழங்க முருகப்பெருமான் ஏறிவரும் யானையையும், மயிலையும் வாழ்த்தினர். படையல் கொடுக்கும் பொழுது மக்களும் பயபக்தியுடன் நின்று தங்கள் காணிக்கையைச் செலுத்தி வழிபட்டனர்.

குறவர்கள் குரவையாடுதல்

குறவர்கள் தங்களுடைய மகளிரொடு கள்ளைக் குடித்தனர். வேங்கை மரத்தடியில் கைக்கோர்த்துக் கொண்டு குரவையாடி முருகனை வழிபட்டனர். அப்பொழுது தொண்டகப்பறையை முழக்குவர். இதனை,

"அருங்குறும்பு எறிந்த கானவர் உவகை
திருந்துவேல் அண்ணற்கு வருந்திறை சானம்என
நறவுநாட் செய்த குறவர் தம் பெண்டிரொடு
மான்தோல் சிறுபறை கறங்கக் கல்லென
வான்தோய் மீமிசை அயருங் குரவை"[28]

என மலைப்படுகடாம் கூறுகின்றது.

முருகப்பெருமானுக்கு வெறியாட்டு விழா நடக்கும் பொழுது களத்தின் அமைப்பை அறிய முடிந்தது. இன்றையக் காலத்தில் பெருந்தெய்வங்களுக்கு அசைவ உணவுகள் படையலாக அளிப்பது இல்லை. சிறு தெய்வங்களுக்குப் பலியிடும் பழக்கம் இன்றும் நம் நாட்டில் நிலவி வருகிறது.

அந்தணர் வழிபாடு

அந்தணர்கள் நீராடி ஈர உடையுடன் உச்சியில் இருகை கூப்பி 'சரவணபவ' எனும் ஆறு எழுத்து மந்திரத்தை

28 மலை படுகடாம், வரிகள். 318-322

உச்சரித்தனர். அந்தணர்கள் முருகனுக்கு வழிபாடு செய்யும் பொழுது மலர் தூவி வழிபட்டனர். இதனை,

"புலராக் காழகம் புலர உடீஇ
உச்சிக் கூப்பிய கையினர் தற்புகழ்ந்து
ஆறெழுத்து அடக்கிய அருமறைக் கேள்வி
நாஇயல் மருங்கின் நவிலப் பாடி
விரைஉறு நறுமலர் ஏந்தி பெரிது உவந்து
ஏரகத்து உறைதலும் உரியன்; அதா அன்று"[29]

எனத் திருமுருகாற்றுப்படை கூறுகின்றது.

அந்தணரின் வழிபாட்டு முறையை இதன் மூலம் அறியலாகிறது.

மதுரை மாநகர மக்கள் வழிப்பட்டமை

மதுரை மக்கள் முருகப்பெருமானை வழிபடுவதற்காக கூட்டம் கூட்டமாகச் சென்றனர். முருகனுக்குக் கடம்ப மரம் விருப்பமிக்கதாகும். எனவே அம்மரத்தைச் சுற்றி வழிபட்டனர். மக்கள் இறைவனின் திருவடிகளில் தங்கள் தலைபடிய வணங்கினார்கள். இதன் மூலம் அக்கால மக்களின் வழிபடும் பண்பினை அறிய முடிகிறது. இதனை,

"திணி நிலைக் கடம்பின் திரள் அரை வளைஇய,
துணை அறை மாலையின் கைபிணி விடேஎம்"[30]

எனக் குறிஞ்சிப்பாட்டு கூறுகின்றது.

முருகப்பெருமானை வணங்குவதன் மூலம் மக்கள் அனைவரும் சிறப்பாக வாழ்ந்தனர்.

முருகப் பெருமானின் திருத்தலங்கள்

திருப்பரங்குன்றம், திருச்சீரலைவாய் , திருவாவினன்குடி, திருவேரகம், குன்றுதோறாடல், பழமுதிர்சோலை என்பன முருகப்பெருமானின் சிறப்புத் திருத்தலங்கள் ஆகும்.

திருமுருகாற்றுப்படை முருகப்பெருமானைப் பற்றியும் அவனின் வீர தீரச் செயல்களைப் பற்றியும் விளக்கமாகக் கூறியுள்ளது.

29 திருமுருகாற்றுப்படை, வரிகள். 184-189
30 குறிஞ்சிப்பாட்டு, வரிகள். 176-177

திருமால்

முல்லை நிலத் தெய்வம் திருமால் ஆகும். திருமாலை ஆயர் மக்கள் வழிபட்டனர். எல்லா நிலத்து மக்களும் பொதுவாகத் திருமாலை வழிபட்டனர். பத்துப்பாட்டில் கூறியிருப்பதுபோல எட்டுத்தொகையில் பரிபாடலில் ஆறுதொகுதியிலும் திருமாலின் பெருமைகள் பேசப்பட்டுள்ளன. இதனை,

"ஆலமும் கடம்பும் நல்யாற்று நடுவும்
கால்வழக்கு அறுநிலைக் குன்றமும், பிறவும்
அவ்வவை மேவிய வேறு வேறு பெயரோய்"[31]

எனப் பரிபாடல் கூறுகின்றது.

திருமாலின் தோற்றம்

திருமால் நெடிய வடிவம் கொண்டவர். அவரின் வண்ணத்திற்கு நீலமணி, கார்மேகம், கருங்கடல், காரிருள், காயாம்பூ போன்றவற்றை உவமைப்படுத்தினர். அவர் துளசி மாலையும் பொன்னால் ஆகிய ஆபரணங்களும் அணிந்திருந்தார்.

திருமகளை மார்பில் கொண்டிருப்பதால் பார்ப்பதற்குப் பொன் போலக் காட்சியளித்தது. இதனை,

'இரு நிலம் கடந்த திரு மறு மார்பின்'[32]

எனப் பெரும்பாணாற்றுப்படை கூறுகின்றது

திருமாலின் மார்பின் கீழாக அமைந்துள்ள உந்தியில் உள்ள கொப்பூழில் எழுந்த தாமரையில் பிரம்மன் எழுந்தருளிக் காட்சி தருகிறார். இதனை,

"நீல்நிற உருவின் நெடியோன் கொப்பூழ்
நான்முக ஒருவர் பயந்த பல் இதழ்த்
தாமரைப் பொகுட்டின்"[33]

எனப் பெரும்பாணாற்றுப்படை கூறுகின்றது.

திருமால் தன்னுடைய வலது கரத்தில் சக்கரமும் இடது கையில் சங்கையும் தாங்கி இருந்தார். இவற்றோடு வில்,

31 பரிபாடல், 4: 67-69
32 பெரும்பாணாற்றுப்படை, வரி.29
33 மேலது, வரிகள். 402-404

அம்புகளையும் ஆயுதங்களாக வைத்திருந்தார். இவரின் கண்கள் செந்தாமரை போன்று காட்சியளித்தது. இதனை,

"நனந்தலை உலகம் வளைஇ நேமியொடு
வலம்புரி பொறித்த மாதாங்கு தடக்கை"[34]

என முல்லைப்பாட்டு கூறுகின்றது

அவரின் கையிலும் வலம்புரிச் சங்கு வைத்திருப்பார். திருமாலுக்குக் கொடியாகவும், ஊர்தியாகவும் இருப்பது கருடன் ஆகும். கருடக்கொடியைத் தவிர பலதேவனுக்கு உரிய பனைக் கொடி, நாஞ்சில் படை, யானை ஊர்தி ஆகியவையும் திருமாலுக்கு உரிய கொடிகளாகும்.

திருமாலின் திருத்தலங்கள்

இருந்தையூர், குளவாய், திருவரங்கம், திருவெஃகா, திருவனந்தபுரம், திருமாலிருஞ்சோலை ஆகியன ஆகும். இதனை,

"காந்தளம் சிலம்பில் களிறு படிந்தாங்கு
பாம்பணைப் பள்ளி அமர்ந்தோன் ஆங்கண்"[35]

எனப் பெரும்பாணாற்றுப்படை கூறுகின்றது.

இவ்வரிகள் திருமால் திருவெஃகா எனும் இடத்தில் எழுந்தருளி இருப்பதைக் கூறுகிறது.

ஓண நாள் விழா

திருமாலுக்கு மதுரையில் ஓண நாள் விழா நடத்தப்பட்டது. இவ்விழாவில் மறவர்கள் சேரிப்போர் நடத்தினர். யானைகளுக்கும் போர் பயிற்சி அளிக்கப்பட்டது. இதனை,

"மாயோன் மேய ஓண நல்நாள்
கோணம் தின்ற வடு ஆழ் முகத்த
சாணம் தின்ற சமம் தாங்கு தடக்கை

34 முல்லைப்பாட்டு, வரிகள். 1-2
35 பெரும்பாணாற்றுப்படை, வரிகள். 372 373

மறங்கொள் சேரி மாறுபொரு செருவின்
மாறாது உற்ற வடுப்படு நெற்றிச்
சுரும்புஆர் கண்ணிப் பெரும் புக மறவர்
கடுங்களிறு ஓட்டலின் காணுநர் இட்ட
நெடுங்கரைக் காழகம் நிலம் பரல் உறுப்ப
கடுங்கள் தேறல் மகிழ் சிறந்து திரிதரக்"[36]

என மதுரைக்காஞ்சி கூறுகின்றது

இவ்விழாவில் மக்கள் தாங்கள் விரும்பிய செயல்களைச் செய்து இன்புற்றனர்.

திருமாலோடு தொடர்புடைய தெய்வங்கள்

திருமகள், நிலமகள், ஆதிசேடன், கருடப்புள், நான்முகன், காமனும் சாமனும் போன்றோர்கள் திருமாலோடு தொடர்புடைய பிற தெய்வங்கள் ஆகும்.

திருமகள்

செல்வத்திற்கு அதிபதியாக வீற்றிருப்பவள் திருமகள் ஆவாள். இவள் திருமாலின் மார்பில் இடம் பெற்றுள்ளாள். இதனை,

'திருவீற் றிருந்த தீதுதீர் நியமத்து'[37]

எனத் திருமுருகாற்றுப்படை கூறுகின்றது.

மேலும்,

'திருநிலை இய பெருமன் எயில்'[38]

எனப் பட்டினப்பாலை திருமகளின் பண்பைக் கூறுகிறது.

நிலமகள்

திருமால் நிலமகளைக் கூட மணம் புரிந்துள்ளார். பூமண்டலத்தைப் பெண்ணாகக் கூறினார்கள். அவளே நிலமகள் ஆவாள். நிலமகளின் தோள்களை மூங்கிலாகவும்,

36 மதுரைக்காஞ்சி, வரிகள். 591-599
37 திருமுருகாற்றுப்படை, வரி.70
38 பட்டினப்பாலை, வரி.291

முலையை மலையாகவும், நிலமகளின் அழகிய பூ மார்பில் தோன்றும் முத்தாரத்தை மலையில் நின்று விழும் அருவிக்கும் ஒப்புமைப்படுத்தி வருணிக்கப்பட்டுள்ளது. இதனை,

"மணிமலைப் பணைத்தோள் மாநில மடந்தை
அணி முலைத் துயல் வரூஉம் ஆரம்போலச்[39]

எனச் சிறுபாணாற்றுப்படை கூறுகின்றது.

நிலமகளின் தோற்றத்தைச் சிறப்பாகச் சிறுபாணாற்றுப்படையில் நத்தத்தனார் கூறியுள்ளார்.

ஆதிசேடன்

கடலில் திருமாலுக்குப் பள்ளியாக அமைந்து கிடப்பவன் ஆதிசேடன் ஆவான். ஆதிசேடனுடன் திருமால் காட்சியளிப்பது அழகிய பக்கமலையிடத்தில் ஒரு யானை படுத்துக் கிடப்பது போல இருந்தது.

கருடப்புள்

திருமாலின் ஊர்தியாகவும், கொடியாகவும் விளங்குபவன் கருடன் ஆவான். ஆயிரம் தலையை உடைய ஆதிசேடனை வாயில் கௌவிக் கொண்டிருக்கும் பாம்பின் உயிரையும் உடலையும் உண்ணும் திறன் கொண்டது, கருடன் ஆகும். இதன் சிறகுகள் பல வண்ணங்களாய் அமைந்திருக்கும். இதனை,

"கடுவொடு ஒடுங்கிய தூம்பு உடை வால் எயிற்று
அழல் என உயிர்க்கும் அஞ்சுவரு கடுந்திறல்
பாம்புபடப் புடைக்கும் பல்வரிக் கொடுஞ்சிறைப்"[40]

எனத் திருமுருகாற்றுப்படை கூறுகின்றது.

நான்முகன்

திருமாலின் உந்தியில் வந்தவன் நான்முகன் ஆவான். இவன் படைக்கும் கடவுள் ஆவான். மூடிக்கிடந்த காலவெள்ளத்தை நீக்கிப் பெரிய நிலத்தில் பழையபடியே

39 சிறுபாணாற்றுப்படை, வரிகள். 1-2
40 திருமுருகாற்றுப்படை, வரிகள். 148-150

உடல் உயிர்கள் தோன்றும் வண்ணம் தொழில் புரிபவன் ஆவான். இதனை,

நான்முக ஒருவற் பயந்த பல் இதழ்'[41]

எனப் பெரும்பாணாற்றுப்படை கூறுகின்றது.

மேலும் திருமாலின் மகன் நான்முகன் என்றும் கூறப்படுகிறது.

காமனும் சாமனும்

பிரம்மனைப் போல காமனும், சாமனும் திருமாலின் மகன்கள் ஆவர். இவர்கள் இருவரும் திருமாலைப் போன்று கார் வண்ணம் கொண்டவர்கள் ஆவர். காமனின் மனைவி இரதி ஆவாள்.

திருமாலின் அவதாரங்கள்

திருமால் வராகத் திருக்கோலம், அன்னவடிவம், மாவலி பால் குறளனாகச் சென்று நிலத்தை அளந்தது, தூணில் நரசிங்கமாய்த் தோன்றி அரக்கன் அகத்தைப் பிளந்தது ஆகியவை இவனது அவதாரங்களில் சிலவகை ஆகும். பத்துப்பாட்டில் இதனை,

'நீர்செல நிமிர்ந்த மா அல்போல'[42]

என முல்லைப்பாட்டு கூறுகிறது.

திருமாலின் பெருமை

திருமால் கீதையை அருளிச் செய்த நிகழ்ச்சியை மருதனார் கூறுகிறார்.

இதனை,

"தொல் ஆணை நல் ஆசிரியர்
புணர் கூட்டு உண்ட புகழ்சால் சிறப்பின்
நிலம்தரு திருவின் நெடியோன் போல"[43]

என மதுரைக்காஞ்சி கூறுகின்றது.

---

41 பெரும்பாணாற்றுப்படை, வரி. 403
42 முல்லைப்பாட்டு, வரி. 3
43 மதுரைக்காஞ்சி, வரிகள். 761-763

பாண்டவர்கள் பாரதப் போரில் வெற்றி பெறுவதற்கு உதவியாக இருந்தது திருமால் ஆவார். இதனை,

"ஈர்ஐம் பதின்மரும் பொருது களத்து அவியப்
பேர்அமர்க் கடந்த கொடுஞ்சி நெடுந்தேர்
ஆராச்செருவின் ஐவர் போல
அடங்காத் தானையோடு உடன்று மேல் வந்த
ஒன்னாத் தெவ்வர் உலைவிடத்து ஆர்த்துக்
கச்சியோனே கைவண் தோன்றல்"[44]

எனப் பெரும்பாணாற்றுப்படை கூறுகின்றது.

இந்திரன்

மருதநிலக் கடவுள் இந்திரன் ஆகும். வானுலக அதிபதி இந்திரன் ஆவான். ஆயிரம் கண்களை உடையவன். இந்திரனும் பிற தேவர்களும் அமுதத்தை உண்ணுவர். வச்சிராயுதத்தை ஏந்தி நிற்பவன் ஆவான். வீர சொர்க்கம் அடைந்த மக்கள் இவனது உலகிற்குச் செல்வர். இதனை,

"ஈர்இரண்டு ஏந்திய மருப்பின் எழில் நடைத்
தாழ்பெரும் தடக்கை உயர்த்த யானை
எருத்தம் ஏறிய திருக்கிளர் செல்வனும்"[45]

எனத் திருமுருகாற்றுப்படை கூறுகிறது.

இந்திர விழா

இந்திர விழா ஆண்டுதோறும் இருபத்தெட்டு நாட்கள் நடைபெற்றதாகக் கருதப்பட்டது. இந்திர விழாவில் மக்கள் அதிகமாகப் பூக்களைப் பயன்படுத்தினர். இதனை,

'இந்திர விழவில் பூவின் அன்ன'[46]

என ஐங்குறுநூறு கூறுகின்றது.

எட்டுத்தொகை நூல்களிலும் இந்திர விழா பற்றி கூறப்பட்டுள்ளது. சங்க காலத்தில் விழாக்கள் பல நடைபெற்றதாக இந்நூல் வலியுறுத்துகிறது.

---

44 பெரும்பாணாற்றுப்படை, வரிகள். 415-420
45 திருமுருகாற்றுப்படை, வரிகள். 157-159
46 ஐங்குறுநூறு, 62 வரி 1

இந்திரவில்

வானத்தில் மழைக்காலங்களில் தோன்றுவது வானவில் ஆகும். அதனையே இந்திரவில் என்றும் கூறுவர்.

இந்திரன் சாபம் பெற்றமை

இந்திரன் தன்னுடைய ஐம்புலன்களுக்கு அடிமையாய் அகலிகையை விரும்பினான். அவளுடைய கணவர் கௌதம முனிவரால் சாபத்திற்கு ஆளானான். இந்தப் புராண நிகழ்ச்சி திருப்பரங்குன்றத்தில் ஓவியக்கூடத்தில் தீட்டப்பட்டிருக்கிறது இதனை,

"இந்திரன் பூசை; இவள் அகலிகை இவன்
சென்ற கவுதமன்; சினன் உறக் கல்உரு
ஒன்றிய படி இது என்று"[47]

பரிபாடல் கூறுகின்றது.

வருணன்

நெய்தல் நிலத் தெய்வமாக வருண பகவானை மக்கள் வழிபட்டனர். கடல் பகுதியாகக் காணப்பட்டதால் சுறாமீனின் கொம்பை நட்டுத் தங்கள் நிலத் தெய்வத்தை வழிபட்டனர். இதனை,

"சினைச்சுறவின் கோடுநட்டு
மனைச்சேர்த்திய வல்அணங்கினாள்
மடல்தாழை மலர்மலைந்தும்
பிணர்ப் பெண்ணைப் பிழிமாந்தியும்
புன்தலை இரும் பரதவர்"[48]

எனப் பட்டினப்பாலை கூறுகின்றது.

உருத்திரங்கண்ணனார் பட்டினப்பாலையில் வருண தெய்வ வழிபாட்டைச் சுட்டிக்காட்டியதன் மூலம் அறியலாகிறது.

கொற்றவை

கொற்றவை கையில் சூலப்படையைத் தாங்கி நிற்பாள் கொற்றவைக்குச் சூலி என்ற பெயரும் இருந்தது. இவள்

47 பரிபாடல், 19: 50-52
48 பட்டினப்பாலை, வரிகள். 86-90

காட்டில் வாழும் மறவர்களால் போற்றப்படும் தெய்வம் ஆகும்.

கொற்றவைக் கோட்டம்

கொற்றவையின் கோட்டம் காட்டில் அமைந்து காணப்படும். இத் தெய்வத்தைப் பேய், பிசாசு, பூதம் சூழ்ந்து காவல் புரியும். அக்கோயில்களில் புறாக்களும் தங்கியிருக்கும். இதனை,

"பூதம் காக்கும் புகலரும் கடிநகர்த்
தூதுஉண் அம்புறவொடு துச்சில் சேக்கும்
முதுமரத்த முரண் களரி" [49]

எனப் பட்டினப்பாலை கூறுகின்றது.

காளி கோயிலின் முன்புறம் மான்கள் வந்து உலவுமாம். இதிலிருந்து கொற்றவையின் உறைவிடம் காடு என அறியலாம்.

ஐவகை நில மக்களின் தெய்வங்களை மேற்கூறியவாறு அறியலாம். இது தவிர முக்கண்ணனாகிய சிவபெருமானைப் பற்றி ஐவகை நிலங்களில் குறிப்பிடப்படவில்லை.

நடுகல்லின் அமைப்பு

சங்க கால மக்கள் போர் வீரர்கள் இறந்த பின்பும் வழிபட்ட செய்தி காணப்படுகின்றது. இறந்தவர்களைத் தெய்வமாகவே வழிபட்டனர். நடுகற்கள் ஓர் ஆள் உயரத்திற்கு வடிவமைக்கப்பட்டிருந்தன. இரவில் நடுகல்லைப் பார்த்தால் ஒரு மனிதன் நிற்பது போலவே தோன்றும். நடு கல்லில் வீரனின் பெயரையும், அவனின் வெற்றிச் சிறப்பையும், தொண்டினையும் பொறித்துள்ளனர். இதனை,

"செல்லும் தேஎத்துப் பெயர் மருங்கு அறிமார்
கல்எறிந்து எழுதிய நல் அரைமரா அத்த
கடவுள் ஓங்கிய காடு ஏசு கவலை"[50]

என மலைப்படுகடாம் கூறுகின்றது.

49 பட்டினப்பாலை, வரிகள். 57-59
50 மலைப்படுகடாம், வரிகள். 394-396

சங்க கால மக்கள் நடுகல்லை தெய்வமாக வழிபட்டதை அறியமுடிகிறது. இம்முறையை இன்றைய மக்கள் கடைபிடிக்கின்றனர். விடுதலையின் போது உயிர் நீத்த பல வீரர்களின் சிலைகள் வடிவமைக்கப்பட்டிருப்பதை நடுகல்லிற்கு ஒப்பிடலாம்.

பிராமணர்கள் பற்றிய செய்திகள்

சங்ககாலத்தில் பிராமணர்கள் மிகுந்த செல்வாக்குப் பெற்றிருந்தனர். மன்னர்கள் கூட அந்தணரை வணங்கினார்கள். இவர்கள் வேள்வி நடத்துதல், அறவழியில் நிற்றல் முதலியவற்றில் சிறந்து காணப்பட்டனர்.

அந்தணரின் இயல்புகள்

அமைதியான பண்பினைக் கொண்டவர்கள் ஆவர். மார்பில் பூனூல் அணிந்திருப்பர். விரதங்கள் பலமேற்கொண்டனர். கல்வி கேள்விகளில் சிறப்புற்றுக் காணப்பட்டனர். நெருப்பை ஓம்பி வழிபட்டனர். நாற்பத்தெட்டு நாட்கள் பிரம்மச்சரிய வாழ்க்கை நடத்தும் இயல்பினர் ஆவார்கள்.

பார்ப்பனரின் மகன்கள் குடுமித் தலையுடன் காணப்பட்டனர். அந்தணர்கள் நீண்ட தலைமயிரைக் கொண்டிருந்தனர். இவர்கள் இறைவனுக்கு வழிபாடு செய்யும் பொழுது பயபக்தியுடன் சுத்தமாகக் காணப்பட்டனர்.

வழிபாட்டிற்குப் பயன்படுத்திய பொருட்கள்

இறைவனுக்கு நறுமணப் பொருட்களைப் படைப்பதனையே மக்கள் விரும்பினார்கள். மலர்கள், இசைக்கருவிகள் முதலியவைகளையும் வழிபாட்டின் பொழுது பயன்படுத்தினார்கள்.

நறுமணப் பொருட்கள்

சாந்து, புகை முதலியவற்றை இறைவனுக்கு வழிபாடு செய்யும் பொழுது படைத்தனர்.

மலர்கள்

சங்ககால நாட்டுப்பகுதிகள் காடும், மலையும், சார்ந்த பகுதியாகக் காணப்பட்டதால் அதிகமான மலர்கள் கிடைத்தன. எனவே இறைவனுக்குப் பல மலர்களைச் சூடினார்கள்.

தாமரைப் பூ தெய்வ வழிபாட்டிற்கு அதிகமாகப் பயன்படுத்தப்பட்டது. முல்லை, குருந்து, காந்தள், குவளை இவ்வகை மலர்களையும் இறைவனுக்குச் சூட்டினார்கள். இதனை,

"வருமுலை அன்ன வண்முகை உடைந்து
திருமுகம் அவிழ்ந்த தெய்வத் தாமரை"[51]

எனச் சிறுபாணாற்றுப்படை கூறுகின்றது.

மேலும்

"நீத்துடை நெடுங்கயம் தீப்பட மலர்ந்த
கடவுள் ஒண்பூ அடைதல் ஓம்பி"[52]

எனப் பெரும்பாணாற்றுப்படை கூறுகின்றது.

தாமரை மலர் பற்றிய செய்திகளைப் பத்துப்பாட்டில் புலவர்கள் பல இடங்களில் சுட்டிக்காட்டியுள்ளனர்.

பச்சிலைகள்

மலர்களுக்கு இடையில் பச்சிலைகளை வைத்துக் கட்டிய கதம்ப மாலையையும் பயன்படுத்தினார்கள். மலர் மாலைகளில் நறுமணப் பொருள்களைத் தெளித்தலும் உண்டு. இம்முறை இன்றும் நம்முடைய வழக்கில் உள்ளது.

வழிபாட்டில் இசைக்கருவிகள்

தெய்வங்களுக்குப் பலவகையான மலர்களைச் சூட்டி, படையல் கொடுத்து வணங்கும் போது இசைக்கருவிகளை முழக்கினர். இசையறி மாக்கள் தங்களுடைய உரிமை

51 சிறுபாணாற்றுப்படை, வரிகள். 72-73
52 பெரும்பாணாற்றுப்படை, வரிகள். 289-290

மகளிருடன் இசைபாடி வாழ்த்தினார்கள். இத்தகைய வழிபாட்டு முறைகள் இன்றும் காணப்படுகின்றன. இறைவனுக்குப் பூசை செய்யும் பொழுது மணி அடித்து, குழலிசை, மேளம் முதலியவைகளைப் பயன்படுத்தினர். சங்க கால முறையில் அமைந்த பழக்கங்கள் என்றே இதனைக் கருத வேண்டும். மக்கள் தங்களுடைய சமூகத்திற்கு என்று ஒவ்வொரு தெய்வங்களையும் வைத்து வழிபட்டனர்.

சூளுரைத்து வழிபட்டனர்

தெய்வங்களைக்காட்டி சூளுரைக்கும் பழக்கம் அன்றைய மக்களிடம் காணப்பட்டது. ஒருவரது தலையைத் தொட்டும், மெய்யைத் தொட்டும், கையைப் பற்றியும், தெய்வத்தைச் சாட்சியாக உறுதி கூறி வஞ்சினம் உரைக்கும் பழக்கம் இருந்தது. இதனைப் பின்பற்றி வாழ்கின்ற இன்றைச் சமுதாய மக்களிடமும் சூளுரைத்து வழிபடும் பழக்கம் காணப்படுகிறது.

மனிதன் என்றாலே இறைவனுக்குக் கட்டுப்பட்டவன் ஆவான். அதனால் அவனை மீறி எந்த செயலிலும் ஈடுபட மாட்டார்கள். அப்படி ஏதேனும் செய்து விட்டால் கூட இறைவனைச் சாந்திப்படுத்துவதற்கு வேறு பூசைகளைச் செய்து விடுவர். ஏனெனில் இறைவன் தாய்க்குச் சமம் ஆகும். தாய் தன்னுடைய குழந்தை தவறு செய்தால் மன்னிப்பது போல இறைவனும் மன்னிப்பான் என மக்கள் கருதுவர்.

விழாக்கள் காட்டும் சமுதாய மரபுகள்

மக்கள் ஒன்றுகூடி மகிழ்ச்சியாக நிகழ்த்துவது விழாக்கள் ஆகும். சிற்றூர், பேரூர் என எல்லா இடங்களிலும் விழாக்கள் நடைபெற்றது. இதனை,

'நீறு அடங்கு தெருவின் அவன் சாறு அயர் மூதூர்'[53]

எனச் சிறுபாணாற்றுப்படை கூறுகிறது.

மேலும்

53 சிறுபாணாற்றுப்படை, வரி. 201

விழவு மேம்பட்ட பழவிறல் மூதூர்'[54]

எனப் பெரும்பாணாற்றுப்படை கூறுகிறது.

பத்துப்பாட்டில் விழாக்கள் நடைபெற்றமையினைப் புலவர்கள் கூறி இருப்பதன் மூலம் விழாக்கள் நடைபெற்றது என உணரலாம்.

விழா காண வரும் பக்தர்கள்

ஓர் ஊரில் விழா நடைபெறுகிறது என்றால் உள்ளூரில் இருப்பவர் மட்டுமல்லாது வெளியூரில் இருப்பவர்களும் விழா காண்பதற்கு வந்துள்ளனர். இதனை,

'சாறுஅயர் மூதூர் சென்று தெக்காங்கு'[55]

எனப் பட்டினப்பாலை கூறுகிறது.

விழாக்கள் சான்றோர் முன்னிலையிலே நடைபெற்றது. இன்றும் விழாக்கள் நடத்தும் பொழுது சமுதாயத்தில் சிறந்தவர்களாகக் கருதப்படும் மக்களை அழைத்து அவர்கள் சூழ்ந்திருக்க விழா நடைபெற்றது.

விழா காண வரும் செல்வந்தர்கள்

விழாவினைக் காணவரும் மக்கள் முன்னிலையில் செல்வந்தர்கள் தங்கள் தகுதிக்கேற்ற ஆடை, அணிகலன்களை அணிந்து தேரில் வந்தனர். செல்வந்தர்கள் வந்ததால் விழாசிறப்புடன் திகழ்ந்தது. விழாக்களுக்கு இடையில் கூத்தும் இசையும் காணப்பட்டது. இதனை,

"கழுநீர் கொண்ட எழுநாள் அந்தி
ஆடுதுவன்று விழவின் ஆடு ஆர்த்தன்றே
மாடம் பிறங்கிய மலிபுகழ்க் கூடல்
நாள்அங்காடி நனந்தலைக் கம்பலை"[56]

என மதுரைக்காஞ்சி கூறுகின்றது.

---

54 பெரும்பாணாற்றுப்படை, வரி. 411
55 பட்டினப்பாலை, வரி. 215
56 மதுரைக்காஞ்சி, வரிகள். 427-430

தெய்வம் வீதியில் வருதல்

தெய்வங்கள் மக்கள் இருக்கும் தெரு வீதிகளைச் சுற்றி வரும் பழக்கம் சங்க காலத்தில் காணப்பட்டது. இன்றையச் சமுதாயத்திலும் கோயில்களில் உள்ள வாகனங்கள், தேர்கள் முதலியவை தெருக்களைச் சுற்றி வலம் வருதலைக் காணலாம்.

சங்ககாலச் சமுதாயத்தில் இறைவனுக்கு விழாக்கள் நடத்தியது போல மக்கள் அரசனின் பிறந்த நாளை விழாவாகக் கொண்டாடினார்கள்.

பிறந்தநாள் விழா

அரசனின் பிறந்த நாள் விழா மிகச் சிறப்பாக மக்கள் முன்னிலையில் கொண்டாடப்பட்டது. இதற்கு எடுத்துக்காட்டாக நன்னனது பிறந்த நாள் விழாவைக் கூறலாம். இதனை,

'பேரிசை நன்னன் பெரும் பெயர் நன்னாள்'[57]

என மதுரைக்காஞ்சி கூறுகிறது.

அக்காலத்தில் அரசனுக்குப் பிறந்தநாள் விழா கொண்டாடப்பட்டது. ஆனால் இன்று மன்னராட்சி முறை இல்லை. தற்பொழுது சாதாரண ஏழை முதல் செல்வந்தர்கள் வரை பிறந்த நாள் விழாவைச் சிறப்பாகக் கொண்டாடுகின்றனர்.

விழாக்களில் கொடி

விழாக்கள் தொடங்குவதற்கு அடையாளமாகக் கொடிகள் கட்டும் பழக்கம் சங்க காலத்தில் இருந்தது. விழா தொடங்கும் பொழுது 'முழா' முழங்கும் பழக்கம் இருந்தது. விழாவின் ஏழாம் நாளில் தீர்த்தம் ஆடினர். விழாவின் இறுதியாகக் கொடிகள் இறக்கப்பட்டன. விழா முடிந்த மறுநாள் அவ் ஊரில் உள்ள மக்களுக்குச் 'சோறு' வழங்கப்பட்டது. இதனை,

---

57 மதுரைக்காஞ்சி, வரி. 618

"மாற்று அரு மரபின் உயர்பலி கொடுமார்
அந்தி விழவின் தூரியம் கறங்க"[58]

என மதுரைக்காஞ்சி கூறுகின்றது.

விழாவில் கொடியேற்றுதலும், கொடியிறக்குதலும் இன்றும் நம்முடைய மக்களிடம் காணப்படுகிறது. விழாவில் முதல் நாளான கொடியேற்றுதல் அன்று மக்கள் மிகவும் மகிழ்ச்சியுடன் காணப்படுவர். கோயில்களில் அலங்காரங்களும் சிறப்பாக இருக்கும். கொடியேற்றும் பொழுது இசைக்கருவிகள் ஒலிக்கும். இதைப் போன்று கோயில்களில் கொடியேற்றும் நிகழ்ச்சிகள் இன்றும் நடைபெற்று வருகின்றது.

சமுதாயச் சடங்குகள்

சங்க கால விழாக்களில் நடைபெற்றச் சடங்குகள் ஒவ்வொரு சாதியினருக்கும் இடையே மாறுபட்டுக் காணப்பட்டது. ஒரு தலைமுறையிலிருந்து இன்னொரு தலைமுறைக்கு வரும்பொழுது இச்சடங்குகள் அனைத்தும் அப்படியே கடைபிடிக்கப்படுகிறது என்று கூறமுடியாது. சிலவகைகள் பொலிவிழந்து போய்விடுகிறது. விழாக்கள் என்றாலே 'புதுமணல் பரப்புதல்' அன்று முதல் இன்று வரை பின்பற்றப்பட்டு வருகிறது. தென்னிந்திய மக்கள் நம் முன்னோரின் சடங்குகளை அர்த்தம் உள்ளதாகவே கருதுகின்றனர்.

விழாக்கள் உணர்த்தும் பண்பாடு

பலர் ஒன்று கூடிச் சந்திக்கும் வாய்ப்பினைத் தருவது விழாக்கள் ஆகும். சோர்வுற்றவரை இன்புறச் செய்வதும் விழாக்களே ஆகும். ஒரு சமுதாயத்தின் நடைமுறை வளர்ச்சி, வீழ்ச்சி, மறுமலர்ச்சி போன்றவைகள் அச்சமுதாய மக்களின் விழாக்கள் மூலமே அறிந்துகொள்ள இயலும்.

ஒற்றுமையுடன் வாழ வழிவகுப்பதும் இவ் விழாக்கள் ஆகும். மக்களுக்குடப பல அறிவுரைகளையும் ஊட்டுகின்றது.

58 மேலது, வரிகள். 459-460

வேதநெறிக்கு மாறுபட்ட பிற சமயங்கள்

முருகன், திருமால், இந்திரன், சிவன் போன்ற தெய்வங்களை வழிபட்டதுடன் வேறு சமயமான சமணம், பௌத்தம் எனும் மதங்களின் தெய்வங்களையும் வழிபட்டனர். காணப்பட்டது. அச்சமயங்களின் வழிபாட்டு முறையால் ஆலயங்களும் சங்க காலத்தில் இருந்தன.

இம்மதங்கள் பிற உயிர்களைக் கொல்லக்கூடாது என்னும் கட்டுப்பாடுகளைக் கொண்டதாகும். இவர்கள் வேத நூல்களைக் கற்றறிந்தவராகத் திகழ்ந்தனர். எனவே கல்வி அறிவில் திறமை உடையவராகவும் சிறப்புற்றனர்.

சமணப் பள்ளிகள்

கூடலிலும் காவிரிப்பூம்பட்டினத்திலும் பௌத்த சமணப்பள்ளிகள் இருந்ததாகப் பத்துப்பாட்டு நூல்கள் கூறுகின்றன. சோழ, பாண்டியர்களின் கோநகரங்களில் புத்த சமணர்கள் மிகுதியாக இருந்தனர். இதனை,

"பகட்டுஎருத்தின் பலசாலைத்
தவபள்ளித் தாழ்காவின்
அவிர்சடை முனிவர் அங்கி வேட்கும்
ஆவுதி நறும்புகை............"[59]

எனப் பட்டினப்பாலை கூறுகின்றது.

தவப்பள்ளி என்று கூறுவது அமண்பள்ளி பௌத்தப்பள்ளி இவைகளைக் குறிப்பிடுவதாகும்.

தவப்பள்ளியில் வழிபடுபவர்கள்

பேரிளம் பெண்டிர் தமது குழந்தைகளையும் கணவன்மார்களையும் அழைத்துக் கொண்டு பௌத்தப் பள்ளிகளில் சென்று வழிபட்டனர். பூசைக்கு வேண்டிய பூக்கள், தூபங்கள் ஏந்திக் கொண்டு இறைவனை வழிபட்டனர். இதனை,

59 பட்டினப்பாலை, வரிகள். 52-55

"திண்கதிர் மதாணி ஒண்குறு மாக்களை
ஓம்பினர்த் தழீஇத் தாம்புணர்ந்து முயங்கித்
தாதணி தாமரைப் போதுபிடித் தாங்கு
தாமும் அவரும் ஓராங்கு விளங்கக்
காமர் கவினிய பேரிளம் பெண்டிர்
பூவினர் புகையினர் தொழுவனர் பழிச்சிச்
சிறந்து புறங்காக்கும் கடவுள் பள்ளியும்"[60]

என மதுரைக்காஞ்சி கூறுகின்றது.

பௌத்தப் பள்ளிகளுக்குக் குடும்பத்துடன் சென்று தூபங்கள் ஏற்றி வழிபட்டதை மருதனார் கூறியுள்ளார்.

சமணர்களின் கோயில்கள்

சமணர்கள் முக்காலத்தையும் திறம்படக் கூறுபவர்கள் ஆவர். இவர்களின் கோயில்கள் மலைகளைப் போன்று உயர்ந்து காணப்பட்டது. கோயில்களின் சுவர்களில் சித்திரங்கள் தீட்டப்பட்டிருக்கும் இப்பள்ளிகளைச் சுற்றிலும் பூஞ்சோலைகள் காணப்படும். இதனை,

"வண்டுபடப் பழுநிய தேனார் தோற்றத்துப்
பூவும் புகையும் சாவகர் பழிச்சச்
சென்ற காலமும் வரூஉம் அமய மும்
இன்று இவண் தோன்றிய ஒழுக்கமொடு நன்குணர்ந்து
....
குன்று பல குழீஇப் பொலிவன தோன்ற"[61]

என மதுரைக்காஞ்சி கூறுகின்றது.

சமண முனிவர்களின் தோற்றம்

முனிவர்கள் உண்ணாமல் பட்டினி நோன்பு கொண்டிருந்ததால் உடல் வாடியத் தோற்றத்தைக் கொண்டிருந்தனர். இவர்களின் தோற்றம் அழகு இல்லாமல் இருந்தது.

60 மதுரைக்காஞ்சி, வரிகள். 461-467
61 மேலது, வரிகள். 475-488

கொடூர வழிபாடுகள்

தமிழக வழிபாட்டு முறைகளில் பல கொடிய வழிபாட்டினையும் காண முடிந்தது. இவ்வழிபாட்டு முறைகள் பல்லவர்களின் காலத்தில் நடைபெற்றுள்ளது. இதனைப் பாசுபதம், கபாலிகம், காளாமுகம் என்ற பிரிவினர் செய்து வந்தனர்.

பாசுபதர்கள்

உடல் முழுவதும் சாம்பல் பூசி சிவனை வழிபட்டனர். மனிதனைப் பலியிடுவதிலும், அவர்களின் இறைச்சியைக் கடவுளுக்குப் படைப்பதிலும் பாசுபதர்கள் முன்னின்றனர். சிறு பிள்ளையைக் கொன்று கறி சமைத்துக் கொடுத்த சிறுத் தொண்டர் பாசுபத பிரிவினைச் சேர்ந்தவர் ஆவார்.

கபாலிகர்கள்

மண்டை ஓடுகளை மாலையாகச் சூடிக்கொண்டு காலபைரவரை வணங்குபவர்கள் கபாலிகர்கள் ஆவர். இவர்கள் மனிதனையும், உயிரினங்களையும் பலியாகக் கொடுத்தனர். பலியிட்ட உடல் இறைச்சியையும், மதுவையும் குடித்தனர். இவர்கள் பெண்களை ஆதி சக்தியின் ஓர் அவதாரம் எனக் கூறினார்கள்.

காளாமுகர்கள்

இவர்கள் மெய்மறந்து சிவனை மனதில் எப்பொழுதும் எண்ணிப் பாடுபவர்கள் இவர்கள் மந்திரங்களைச் சொல்லி ஆடிக்கொண்டே இருப்பார்கள். நன்றாகப் படித்தவர்களாகவும் காணப்பட்டனர். இவர்கள் கூறும் கருத்துக்களை மக்கள் முழுமையாக நம்பினர். வேதநெறி ஆகம நெறியானது. இதனை நெறிப்படி வளர்த்தவர்கள் சித்தர்கள் ஆவார்கள். தமிழ் மக்களின் ஆரிய வழிபாட்டினை இந்தச் சித்தர்கள் எதிர்த்தனர். தமிழர்கள் தனக்கென தனி வழிபாடுகளைக் கொண்டிருந்தாலும் கட்டுக்கோப்பான சமயக் கொள்கைகளை உடையவர்கள் ஆவர். சைவ சித்தாந்தம் என்பது ஆரியக் கொள்கைகளுக்கு அப்பாற்பட்டது ஆகும்.[62]

62 பண்டைத் தமிழர் வாழ்வியல் - மா.இராசமாணிக்கம், பக்கம். 253-254

வேத நெறிக்கு மாறுபட்ட சமயத்தாரைப் பற்றியும் கொடூர வழிபாட்டு முறைகளைப் பற்றியும் சங்க காலத்தில் வழக்கில் இருந்ததை அறிய முடிந்தது. மனிதனைப் பலியிடும் பழக்கம் இவ்வழிபாட்டு முறையில் இருந்ததையும் உணரலாம்.

முனிவர்கள் பற்றியக் கருத்துக்கள்

சூரியன் சென்ற வழியெல்லாம் அதனுடன் சென்று தவம் செய்யும் அந்தரசாரிகளாகிய முனிவர்கள் இருந்தனர். இம் முனிவர்கள் சூரியனுடைய வெம்மையைத் தாம் பொறுத்துக் கொண்டு உலகில் வாழும் உயிர்களுக்குப் பாதுகாவலாகக் காற்றை உணவாகக் கொண்டு வாழ்ந்தனர். முருகன் இங்ஙனம் ஆகாயத்தில் இயங்கும் தெய்வ முனிவர்களுக்குப் பாதுகாவலாகத் தமது ஒரு கையை மேலே ஏந்தி நின்றார். இதனை,

> 'விண் செலல் மரபின் ஐயர்க்கு ஏந்தியது'[63]

எனத் திருமுருகாற்றுப்படை கூறுகின்றது.

முக்கோல் முனிவர்கள்

முனிவர்கள் மூன்று கோலை ஏந்தி காவி உடை அணிந்திருந்தனர். தவ வேடத்தொடு காட்டில் திரியும் முனிவர்களும் இருந்தனர். முக்கோலின் மேலாகக் காவி உடையைக் கட்டி இருந்தனர். இதனை,

> "கல்தோய்த்து உடுத்த படிவப் பார்ப்பான்
> முக்கோல் அசைநிலை கடுப்ப நற்போர்
> ஓடா வல்வில் தூண் நாற்றிக்
> கூடம் குத்திக் கயிறுவாங்கு இருக்கைப்"[64]

என முல்லைப் பாட்டு கூறுகின்றது.

❖❖❖

63 திருமுருகாற்றுப்படை, வரி. 107
64 முல்லைப்பாட்டு, வரிகள். 37-40

6. தொழில்கள் பற்றியச் செய்திகள்

தமிழக வரலாற்றின் தொடக்கக் காலமாக சங்க காலம் அமைந்துள்ளது. சங்க காலம் இனக்குழு வாழ்க்கையில் இருந்து மாறி நிலமானிய முறையை நோக்கிச் சென்றது. எனவே பல மாறுதல்கள் எழுந்தன. சங்க காலத்தை மாறுதல் நிகழும் காலம் என்றும் கூறுவர்.

கி.பி. 250 முற்பட்ட காலமே சங்க காலம் ஆகும். இன்றைய காலத்தில் உள்ள நாகரிகம் சங்க காலத்தில் காணப்படவில்லை. தொழில், உணவு, உடை, பண்பாடு போன்றவைகளில் ஒவ்வொரு நிலத்திற்கு இடையிலும் வேறுபாடுகள் காணப்பட்டன.

மலைப்பகுதியைச் சார்ந்த தொழில்கள்

குறிஞ்சி நில மக்கள் மலைப்பகுதியில் வாழ்ந்ததால் அவர்கள் மலையைச் சார்ந்த தொழில்களையே செய்தனர்.

மலைப்பாறைகளுக்கு இடையில் மரம், செடி, கொடிகள் அமைந்திருந்தன. அங்கு எப்பொழுதும் சுனை அருவி நீர் பயன்படுத்தப்பட்டது காணப்படும். மரம், செடி, கொடி போன்றவற்றை அழித்து வேர்களை வெட்டி நிலத்தை மண்வெட்டியால் கொத்திக் கிளறினர்.

மலைகளிலும், மலைச்சாரல்களிலும் ஐவன நெல்லையும், தினையையும், அரிசினையும் பயிர் செய்தனர்.

மலை உச்சியில் உள்ள பாறைகளில் மலைத்தேன் கிடைத்தது. அங்குள்ள பகுதிகளில் பழங்கள், கிழங்குகள், முதலியவற்றையும் விலங்குகளை வேட்டையாடியும் உண்டு வாழ்ந்தனர். இவர்கள் வாழ்ந்த சூழல் நாகரிகம் அடைவதற்கு ஏற்றதாக இல்லை.

காடு சார்ந்த தொழில்கள்

முல்லை நிலம் மலைகளின் அடிவாரத்தில் உள்ள காட்டுப் பகுதியாகும். சிறு குன்றுகளும், காடுகளும், காட்டாறுகளும் இங்கே இருந்தன.

முல்லை நிலக் கோவலர், ஆயர் கால்நடை வளர்த்தலை முதன் முதலில் தொழிலாகச் செய்தனர். வேட்டையாடுதலை மறந்து கால்நடைகளை வளர்த்து தொழில் செய்யக் கற்றுக் கொண்டனர்.[1]

கால்நடைகளில் இருந்து கிடைக்கும் பால், தயிர், மோர், நெய் போன்றவற்றை பண்டமாற்றாகவே விற்றார்கள். குறிஞ்சி நிலத்து மக்களை விட முல்லை நில மக்களின் வாழ்க்கை சற்று மேலோங்கிக் காணப்பட்டது.

பயிர்த் தொழில் செய்தல்

தினை, காவல் நடைகளின் கழிவுகளை பயிர்களுக்கு உரமாகப் பயன்படுத்தினர். வரகு, கேழ்வரகு ஆகிய தானியங்களைப் பயிரிட்டனர். மேலும் அவரை, துவரை , உளுந்து போன்றவற்றையும் பயிர் செய்தனர். வரகு, கேழ்வரகு ஆகியவற்றை உணவாகவும் உட்கொண்டனர். மேலும்

தொழில்கள் செய்யும் முறை

முல்லை நில மக்கள் வியாபாரத்தின் பொழுது தங்களுடைய பொருள்களை கோலின் இரு நுனிகளிலும் உறிகளைக் கட்டி வைத்துத் தோளில் சுமந்து சென்று தொழில் செய்தனர். இதனை,

"ஊன்றிய மழுத்தின் வன்கை
உறிக்கா ஊர்ந்த மறுப்படு மயிர்ச்சுவல்'[2]

எனப் பெரும்பாணாற்றுப்படையில் கூறப்பட்டுள்ளது.

முல்லை நில மக்கள் கால்நடைகளின் மூலமாகத் தொழில் செய்து வந்தனர். அதனுடன் புன்செய் நில

1 முல்லை நிலமும் எல்லைப் போரும், செல்வராசு அ. பக்கம் 5
2 பெரும்பாணாற்றுப் படை, வரி. (170-171)

வேளாண்மையை அடிப்படையாகக் கொண்டிருந்ததையும் அறிய முடிகிறது.

வயலைச் சார்ந்த தொழில்கள்

மருதநிலம் வயலைச் சார்ந்த தொழிலாகவே அமைகின்றது. ஆற்றில் உள்ள நீரை நேரடியாக நீர் நிலைகளில் தேக்கி வைத்து தொழில்கள் செய்தனர். இங்குள்ள மக்கள் உழவுத் தொழிலை நம்பியே வாழ்ந்தார்கள். அக்காலத்தில் நாட்டின் முன்னேற்றத்திற்கும், மக்களின் வாழ்விற்கும் அடிப்படையாக உழவுத் தொழில் அமைந்தது.

உணவு உற்பத்திக்கான அடிப்படை ஆதாரமாக மருதநிலம் விளங்கியிருந்தது. இதனை ஆற்றுப்படை நூல்கள் சிறப்பாகக் கூறுகின்றது. கால்நடைகளையும் உழவுத் தொழிலில் ஈடுபடச் செய்தனர். உழவுத் தொழிலுக்கு எருதுகள் மிகவும் பயன்பட்டது. எருதுகள் என்பது காளைகளைக் குறிப்பன ஆகும். ஏர்த்தொழிலை 'பகடு' என்றும் கூறினார்கள். இதனை,

'பகடு புறந்தருநர் பாரம் ஓம்பி'[3]

எனப் புறநானூறு கூறுகிறது.

நன்செய் வேளாண்மை

நன்செய் வேளாண்மை வெகுவாகப் பேசப்பட்ட சமுதாயம் வேந்தரின் மருத நிலச் சமுதாயமே ஆகும். இதனை,

"............... நெல் அரிந்து
சூடு கோடாகப் பிறக்கி, நாள்தொறும்
குன்றெனக் குவைஇய குன்றாக் குப்பை
கடுந்தெற்று மூடையின்இ டங்கெடக் கிடக்குஞ்
சாலிநெல்லின் சிறைகொள் வேலி
ஆயிரம் விளையுட் டாகக்
காவிரி புரக்கும் நாடுகிழ வோனே" [4]

எனப் பொருநராற்றுப்படை கூறுகிறது.

3 புறநானூறு, 35: வரி 32
4 பொருநராற்றுப்படை, வரிகள். 242-248

கரிகாலன் புகழப்பட்டதற்கு மருதநிலத் தொழிலே முக்கியக் காரணம் ஆகும்.

வேளாண்மை வினைகள்

காடு வெட்டி நிலத்தை பயிர்செய்வதற்காக சரி செய்தல், கல் பொறுக்குதல், எரு இடுதல், ஆழ உழுதல், கட்டியடித்தல், பரம்படித்தல், புழுதி உணக்கல், விதைத்தல், களையெடுத்தல், காவல் காத்தல், அறுவடை செய்தல், களஞ்சேர்த்தல், சாணையடைதல் (சூடு போடுதல்), சாணை பிரித்தல், காயப்போடுதல், பிணையலடித்தல் (கடாவிடுதல்), வைக்கோல் எடுத்தல், பொலித்தூற்றல், பொலியளத்தல், விதைகொடுத்தல், களஞ்சியம் சேர்த்தல் முதலியன வேளாண்மை வினைகள் ஆகும்.[5]

இன்றையச் சமுதாயத்தில் உள்ளதைப் போன்ற வேளாண்மை வினைகள் பத்தாயிரம் ஆண்டுகளுக்கு முன்பாகவே நடைபெற்றதை அறியமுடிகிறது. இன்று விவசாயம் சிறிது பின்தங்கிய நிலையில் காணப்பட்டாலும் விவசாயத்துறையில் உள்ள அலுவலர்கள் விவசாயிகளுக்குப் பல மானியங்களைக் கொடுத்து விவசாயிகளை விவசாயம் செய்யுமாறு ஊக்குவிக்கின்றனர்.

விவசாயிகளின் செயல்கள்

உழவுத் தொழிலைச் செய்பவர்கள் உழவர் என்று அழைக்கப்பட்டனர். இவர்கள் பருவம் அறிந்து பயிர் செய்தனர். பருவக் காலங்களுக்கு ஏற்ப பயிர் செய்தால் நல்ல மகசூல் கிடைக்கும் என அறிந்திருந்தனர். இதனை,

"நீர்த்தெவ்வு நிரைத்தொழுவர்
பாடுசிலம்பும் இசைஏற்றத்
தோடுவழங்கும் அகல்ஆம்பியின்
கயன்நகைய வயல்நிறைக்கும்
மென்தொடை வன்கிழாஅர்
அதறி கொள்பவர் பகடு பூண் தெண்மணி
இரும்புள் ஒப்பும் இசையே என்றும்"[6]

என மதுரைக்காஞ்சி கூறுகின்றது.

5 பண்டைத் தமிழ் நாகரிகமும் பண்பாடும் ஞா. தேவநேயப்பாவாணர், பக்கம். 82
6 மதுரைக்காஞ்சி, வரிகள். 89-95

உழவுத் தொழில் செய்யும் விவசாயிகள் தங்களுக்கு உதவி புரியவும் சில தொழிலாளர்களை நியமித்திருந்தனர்.

இன்றைய கிராமப்புற விவசாயிகளும் விவசாயத்தை நன்கு அறிந்து சிறப்பாகத் தங்கள் தொழிலைச் செய்கின்றனர். வானொலி, தொலைக்காட்சி செய்தித்தாள் போன்றவற்றில் வேளாண்மைச் செய்திகளை அரசு அறிவிப்பதால் விவசாயிகளும் பயன் அடைந்து தங்கள் தொழிலைச் செம்மையாகச் செய்கின்றனர்.

பயிர்த் தொழில்

மருதநில மக்கள் காய்கறிகள், செந்நெல், வெண்ணெல், கரும்பு, மஞ்சள் முதலியவற்றையும் பயிர் செய்தனர்.

கரும்பு ஆலைகள்

கரும்பு பயிர் செய்யும் பொழுது அதிலிருந்து கிடைக்கும் கரும்புகளை ஆலைகளில் கொண்டு சென்று அவற்றிலிருந்து கரும்புச் சாற்றை எடுப்பார்கள். சாற்றினைக் காய்ச்சி கட்டி கட்டியாக எடுப்பார்கள் இந்தக் கரும்பு ஆலைகளின் ஓசை யானையின் பிளிற்று ஒலியைப் போலக் கேட்டது. கரும்பு ஆலைகளுக்கு வருபவர்களும் கரும்பு சாற்றினைப் பருகுவர். இதனை,

'கழைகண் உடைக்கும் கரும்பின் ஏத்தமும்'[7]

என மலைப்படுகடாம் கூறுகிறது.

பிற தொழிலாளர்கள்

மருதநிலத்தில் விவசாயத்தைத் தவிர பிற தொழில்கள் செய்பவர்களும் காணப்பட்டனர். அவர்கள் நெசவாளர், கம்மியர், கொல்லர், தச்சர், குயவர் போன்றோர்கள் ஆவார்கள்.

7 மலைப்படுகடாம், வரி. 341

நெசவுத்தொழில்

நெசவுத்தொழில் சங்க காலத்தில் மிகச் சிறந்து காணப்பட்டது. மனிதனுக்கு உணவு எவ்வளவு முக்கியமோ அதே அளவுக்கு உடையும் அவசியம் ஆகும். நெசவுத்தொழில் இரண்டாயிரம் ஆண்டுகளுக்கு முன்பாகவே நடைபெற்றதாகச் சங்க இலக்கியங்கள் அறிவிக்கின்றன. இத்தொழிலுக்கு பருத்தி நூல், பட்டு நூல் முதலியன இன்றியமையாதவை ஆகும்.

அறுவை

சங்க காலத்தில் துணிக்கு அறுவை என்ற பெயர் இருந்தது. அறுத்து துண்டாக்கப்படுவது, நெய்து துண்டாக்கப்படுவது என்ற பொருளில் அமைவது ஆகும். இதனை,

"நோக்கு நுழைகல்லா நுண்மைய, பூக்கனிந்து
அரவுரியன்ன அறுவை..........."[8]

எனப் பொருநராற்றுப்படை கூறுகின்றது.

பருத்தி விளைவித்தல்

பருத்தி பயிர் செய்து அதனை நெசவுக்காகப் பயன்படுத்தினர். தென் தமிழகத்தில் பருத்தி அதிகமாகப் பயிராயின. மூதாட்டியரும், கைம்பெண்டிரும் பண்டையகாலத்தில் மேற்கொண்ட தொழில்களில் நூல் நூற்றல் மிக முக்கியமானது ஆகும். எனவே அப்பெண்களைப் ' பருத்திப் பெண்டிர்' என அழைத்தனர். இதற்குப் புறநானூற்றைச் சான்றாகக் கூறலாம்.

'பருத்திப் பெண்டிர் பனுவலன்ன'[9]

எனப் புறநானூறு கூறுகிறது.

சங்க காலத்திலேயே கணவனை இழந்த பெண்களும், மூதாட்டியரும் வீட்டில் முடங்கிக் கிடக்காமல் ஏதாவது ஒரு தொழிலைச் செய்து வந்தனர் என்பதற்கு இது சான்றாகும்.

8 பொருநராற்றுப்படை, வரிகள். 82-83
9 புறநானூறு, 125:1

ஆடை வகைகள்

பழங்காலத்தில் ஒரே விதமான ஆடைகளை மக்கள் அணியவில்லை. பெண்களுக்கான ஆடைகள், வறியவர்களுக்கான ஆடைகள், போர் வீரர்களுக்கானவை, துறவியர்களுக்கானவை, இறைவனுக்கானவை என பல வகைகள் காணப்பட்டது.

பெண்களுக்கான ஆடைகள்

பெண்களுக்கு என்று பல ஆடைகள் சங்க காலத்தில் நெய்யப்பட்டிருந்தது. பூப்பெய்திய பொழுது செம்மை நிற ஆடையையும், கல்வியின் பொழுது வெள்ளை நிற ஆடையையும் பயன்படுத்தினர். இரவுப் பொழுதில் பெண்கள் பருத்தி ஆடையை அணிய விரும்பினர்.

நெசவாளர்களும் பெண்களைக் கவரும் வகையில் பூ வேலைப்பாடு அமைந்த, பல வண்ண நிறங்களில் ஆடைகளை நெய்தனர். பெண்கள் தங்களை அழகுப்படுத்துவதில் அதிக ஆர்வம் காட்டினர்.

செல்வந்தர் வீட்டுப் பெண்கள் விரும்பி அணிவது பட்டாடைகள் ஆகும். பட்டாடைகள் பார்ப்பதற்குப் பளிச்சென்று இருப்பதால், சங்ககாலப் பெண்களால் அதிகம் வரவேற்கப்பட்டது.

இதனை,

'கொட்டைக் கரைய பட்டு உடை நல்கிப்'[10]

எனப் பொருநராற்றுப்படை கூறுகிறது.

வறியவர்களின் ஆடைகள்

வறியவர்கள், ஏழைகள் போன்றவர்களின் ஆடைகள் மிகவும் எளிமையாகக் காணப்பட்டன. ஏழைகளின் ஆடைகள் 'பாசி வேர் போன்ற துன்னல் ஆடை'[11] வருணிக்கப்பட்டுள்ளது.

---

10 பொருநராற்றுப்படை, வரி. 155

11 தமிழக வரலாறும் தமிழர் பண்பாடும், ஆ. இராமகிருட்டினன், ப. 92

செல்வந்தர்களின் ஆடைகள்

மெல்லிய விலை உயர்ந்த கலைவேலைப்பாடு மிக்க ஆடைகளைச் செல்வந்தர்கள் அணிந்தனர். இதனை,

'இழை மருங்கறியா நுழைநூற் கலிங்கம்'[12]

என மலைப்படுகடாம் கூறுகின்றது.

போர் வீரர்களின் ஆடைகள்

வீரர்கள் போர்க்களம் செல்லும் பொழுது மார்பில் கச்சை கட்டிச் சென்றனர். கச்சைக்குப் பூவிரிக் கச்சை, நுண்வினைக் கச்சை, நீலக் கச்சை எனப் பல பெயர்கள் இருந்தன.

துறவியர்கள்

சங்க காலத்தில் துறவியர்கள் மான் தோலால் ஆகிய உடைகளையே அணிந்தனர்.

இறைவனுக்கு அணியப்பட்டவைகள்

பழங்காலத்தில் பொன், பொருள் என்பது அதிகமாகக் காணப்பட்டது. எனவே இறைவனுக்குப் பொன்னால் ஆகிய பூவேலைப்பாடு கொண்ட ஆடைகளை அணிந்து அழகுபடுத்தினார்கள்.

இவற்றைத் தவிர மழைக்காலத்திற்கு என்று சிலவகை ஆடைகளையும் பயன்படுத்தி இருந்தனர்.

கம்மியர்கள்

கைத்தொழில் செய்பவர்கள் கம்மியர்கள் ஆவார்கள். பொன்செய் கம்மியர், செம்புசெய் கம்மியர், முத்துமணி பயன்படுத்தும் கம்மியர் என கம்மியரில் பல பிரிவுகள் இருந்தன. உடல் வருத்தித் தொழில் செய்வதால் இவர்களின் உடலும் வலிமை மிக்கதாகக் காணப்பட்டது. இதனை,

'சிறியவரும், பெரியவரும் கம்மியர் குழீஇ'[13]

என மதுரைக் காஞ்சி கூறுகின்றது.

12 மலைபடுகடாம், வரி. 561
13 மதுரைக்காஞ்சி, வரி. 521

இக்காலத்திலும் இப்பிரிவினர் காணப்படுகின்றனர்.

பொன்செய் கம்மியர்

பொன்னை நெருப்பில் உருக்கி ஆபரணங்களாகச் செய்பவர்கள் பொன்செய் கம்மியர் என அழைக்கப்பட்டனர். இதனை

'பொன்காண் கட்டளை கடுப்பக் கண்பின்'[14]

எனப் பெரும்பாணாற்றுப்படை கூறுகின்றது.

கம்மியர்கள் பொன் உரைக்கும் கல் வைத்திருப்பார்கள். அதனைப் பார்ப்பதற்குத் தாது அழைத்து வரும் வண்டின் தோற்றம் போன்று காணப்படும். இதனை,

'சூடுறு நன்பொன் சுடர்இழை புனைநரும்'[15]

என மதுரைக்காஞ்சி கூறுகிறது.

ஆபரணங்கள் செய்யும் தட்டாரோடு பணித்தட்டாரும் இருந்தனர். இதனால் பட்டறையில் பலர் குழுமி இருந்து வேலை செய்தனர் என அறியலாம். இதனை,

'பொன்உரை காண்மரும் கலிங்கம் பகர்நரும்'[16]

என மதுரைக்காஞ்சி கூறுகிறது.

அக்காலத்தில் பொன்செய் கம்மியர்கள் இருந்து தொழில் செய்த முறையை உணரமுடிகிறது.

செம்பு செய் கம்மியர்

செம்பை முதலில் நிறுத்து வாங்கி வருவர். அதன் பிறகு மண்ணால் பானை உருவம் செய்து செம்பை உருக்கி வார்த்தனர். இதற்குத் தேவையான மண்ணை துறைகளில் இருந்து எடுத்தனர். இதனை,

'செம்புநிறை கொண்மரும் வம்புநிறை முடிநரும்'[17]

என மதுரைக்காஞ்சி கூறுகின்றது.

14 பெரும்பாணாற்றுப்படை, வரி, 220
15 மதுரைக்காஞ்சி, வரி. 512
16 மேலது, வரி. 513
17 மதுரைக்காஞ்சி, வரி. 514

செம்பை வாங்கி தொழில் செய்தவர்களைச் 'செம்புசெய் கம்மியர்' என அக்காலத்தில் அழைத்தனர்.

முத்துமணி செய் கம்மியர்

முத்துமணிகளில் இருக்கும் மாசினைப் போக்கி அவற்றைச் சுத்தம் செய்து பின்னர் அவைகளில் துளையிட்டு பணி செய்யும் கம்மியர்கள் 'முத்துமணி செய் கம்மியர்' என அழைக்கப்பட்டனர்.

பொன், மணி, முத்து, பவளம் இவைகளில் பல ஆபரணங்கள் செய்யும் பழக்கம் சங்க காலத்தில் காணப்பட்டது. இன்றையப் பெண்கள் இவ்வகைகளால் ஆன ஆபரணங்கள் மீது அதிக ஆர்வம் காட்டுகின்றனர்.

கொல்லர்கள்

இரும்பினால் ஆன கருவிகளைச் செய்பவர்கள் 'கொல்லர்கள்' என்று அழைக்கப்பட்டனர். கொல்லர்களின் கூடங்களில் நெருப்பைத் தூண்டுவதற்கு உலைகள் இருந்தன. சூடான பொருள்களை எடுப்பதற்கு இடுக்கியையும் பயன்படுத்தினார்கள்.

உலைகளில் இருந்து வெளிவரும் பெருங்காற்று துன்பத்தில் இருப்பவர்களின் மூச்சுக் காற்றுக்குச் சமமாகக் கூறப்பட்டுள்ளது. இதனை,

"வன்புலம் இறந்த பின்றை மென்தோல்
மிதிஉலைக் கொல்லன் முறிகொடிற்று அன்ன
சுவைத்தாள் அலவன் அளற்று அளை சிதையப்"[18]

எனப் பெரும்பாணாற்றுப்படை கூறுகின்றது.

கொல்லர்கள் தங்கள் உலைக்கூடங்களில் வேலை செய்யும் பொழுது கேட்கும். ஓசையால் இல்லங்களில் உள்ள புறாக்கள் உறக்கம் தீர்ந்தது என்று பறந்து விடுமாம். இல்லங்களின் அருகினில் கொல்லர்களின் உலைக்கூடங்கள் இருந்ததை அறியலாம். இதனை,

"பெருங்கை யானைக் கொடுந்தொடி படுக்கும்
கருங்கைக் கொல்லன் இரும்பு விசைத்து எறிந்த,

18 பெரும்பாணாற்றுப்படை, வரிகள். 206-208

கூடத்திண் இசை வெரீஇ, மாடத்து
இறைஉறை புறவின் செங்கால் சேவல்
இன்துயில் இரியும் பொன்துஞ்சு வியல்நகர்"[19]

எனப் பெரும்பாணாற்றுப்படை கூறுகின்றது.

சங்க காலத்தில் இரும்பு முக்கிய உலோகமாகப் பயன்பட்டுள்ளது. வாள், வேல் போன்ற படைக்கலன்கள் செய்யப் பயன்பட்டதைப் போன்று கொழு' செய்யவும் பயன்பட்டது. 'கொழு என்பது உழவுத் தொழிலுக்கு உதவும் கருவி ஆகும். இதனை

'கொல்லை யுழு கொழு.............'[20]

எனப் பொருநராற்றுப்படை கூறுகின்றது.

சங்க காலத்தில் வேளாண் துறையில் 'கொழு' முக்கியப் பங்காற்றியது.

யானைகளைக் கட்டுவதற்குரிய சங்கிலிகளைச் செய்வதும் இக்கொல்லர்களின் வேலை ஆகும். இதனை,

"மென்பிணி வன்தொடர் பேணாது காழ் சாய்த்துக்
கந்து நீத்து உழிதரும் கடாஅயானையும்"[21]

என மதுரைக்காஞ்சி கூறுகின்றது

இரும்பு செய் தொழிலாளர்களின் செயல்கள் சங்க காலத்தில் பெரிதும் பயனுள்ளதாகக் கருதப்பட்டிருப்பதை உணரமுடிகிறது.

தச்சர்கள்

மரவேலை செய்பவர்கள் 'தச்சர்கள்' என்று அழைக்கப்பட்டனர். மரத்தால் ஆகிய இசைக்கருவிகள், கைவினைப் பொருட்கள், கதவுகள், சாளரங்கள் மேலும் மரத்தால் ஆகிய பல வேலைகளைச் செய்வது இவர்களின் வேலை ஆகும்.

தச்சர்கள் தொழில் செய்வதற்கு மழு, உளி, முடுக்கு, எறி, குறடு முதலிய கருவிகளைப் பயன்படுத்தினார்கள்.

---

19 மேலது, வரிகள். 436-440
20 பொருநராற்றுப்படை, வரி. 117
21 மதுரைக்காஞ்சி, வரிகள். 382-383

மரத்தால் ஆகிய யாழ் முதலிய இசைக் கருவிகள் சங்க காலத்தில் தச்சர்களால் செய்யப்பட்டது.

இதனை,

"உள்அரக்கு எறிந்த உருக்குறு போர்வைக்
கருந்தொழில் வினைஞர் கைவினை முற்றி,
ஊர்ந்து பெயர் பெற்ற எழில் நடைப் பாகரொடு"[22]

எனச் சிறுபாணாற்றுப்படை கூறுகின்றது.

இக்காலத்திலும் தச்சர்களின் செயல்கள் மிக முக்கியமானதாகக் கருதப்படுவதை அனைவரும் உணரலாம். சங்க கால மக்களைப் பின்பற்றியே இன்றைய மக்கள் தங்களுடைய தொழில்களில் ஈடுபடுகின்றனர்.

குயவர்கள்

மண்ணைக் கொண்டு கலங்களைச் செய்து சூளையில் சுட்டு மண்பாண்டங்களை மக்களுக்கு வழங்குபவர்கள் குயவர்கள் ஆவர்.

இதனை,

வனைக்கலம் திகிரியின் குமிழி சுழலும்
துணைசெலல் தலைவாய் ஓவிறந்து விரிக்கும்

(மலை 474–475)

கலங்களை வனைதற்குத் திகிரி என்னும் கருவியைப் பயன்படுத்தினார்கள். திகிரியில் மண்ணை வைத்துத் தண்டினால் சுழற்றி தங்கள் கை வண்ணத்தினால் தங்களுக்கு வேண்டிய பல்வேறு வகையான மண்பாண்டங்களைச் செய்தனர். இத்தொழிலில் குயவர்களின் சிறுவர்களும் ஒத்துழைத்து செயல்பட்டுள்ளமையும் காணக் கிடைக்கின்றது.

கொத்தன்

கட்டிட வேலைகளைச் செய்பவன் 'கொத்தன்' என்று அழைக்கப்பட்டான்.

22 சிறுபாணாற்றுப்படை, வரிகள். 256-258

இவர்களால் மாடமாளிகைகள், கூட கோபுரங்கள், மணிமண்டபங்கள் முதலியவை கட்டப்பட்டன. சங்க கால கட்டிடங்கள் சிறப்பாகக் காணப்பட்டதற்கு அடையாளமாகத் திகழ்பவர்கள் கட்டிடத் தொழிலாளர்களே ஆவார்கள்.

மதுரை மாநகரைச் சூழ்ந்த மதிலின் நாற்புறத்தில் உள்ள வாயிலிலும், மாடத்திலும் வானளாவியக் கோபுரங்கள் காணப்பட்டன. மதுரை மாநகர் நான்கு வாயில் மாடங்களைக் கொண்டதால் 'நான்மாடக் கூடல்' என்ற பெயரும் பெற்றிருந்தது. இதனை,

"தமிழ்நிலை பெற்ற தாங்கரு மரபின்
மகிழ்நனை மறுகின் மதுரை.............."[23]

எனச் சிறுபாணாற்றுப்படை கூறுகின்றது.

கோபுரங்களில் கலைத் திறமை

அக்காலத்தில் அரசர்கள் கோயில் கோபுரங்களை மிகப் பெரிதாகக் கட்டச் செய்தனர். இதனை,

"மழையாடு மலையின் நிவந்த மாடமொடு
வைகை அன்ன வழக்குடை வாயில்"[24]

என மதுரைக்காஞ்சி கூறுகின்றது.

மதுரை மாநகரத்தில் உள்ள வாயில்கள் இடைவிடாமல் ஓடிய வைகை ஆறு போன்று அகன்றும், இடையறாத மக்கள் நெரிசல் மிகுந்தும் காணப்பட்டன. இதன் வழி கட்டிடக் கலைஞர்களின் தொழில் திறமையை அறியமுடிகிறது. (சங்க கால கட்டிடங்கள் வானளாவிய முறையில் அமைந்திருந்ததை இணைய தளத்தில் உள்ள மாதிரி புகைப்படத்தின் மூலம் அறியலாம். (பின்னிணைப்பு 5 இல் காணலாம்)

சுரங்கங்கள்

பழங்காலத்தில் அரசர்கள் தங்களுடைய கோநகரங்களைப் பகையரசன் முற்றுகை இட்ட காலங்களில் மறைந்து

23 சிறுபாணாற்றுப்படை, வரிகள். 66-67
24 மதுரைக்காஞ்சி , வரிகள். 355-356

ஓடவேண்டிய நிலை ஏற்பட்டது. அப்பொழுது சுரங்கம் எனும் கீழ்நிலை வழிகளைப் பயன்படுத்தினர்.[25]

இவ்வாறு மருதநிலத்தின் தொழில்கள் மக்களை உயர்வடையச் செய்தது என்பதை சங்க இலக்கியம் எடுத்துக்காட்டியதை உணரலாம்.

கடல் சார்ந்த தொழில்கள்

நெய்தல் நில மக்கள் கடலை நம்பியே வாழ்ந்ததால் அவர்கள் அதனைச் சார்ந்த தொழில்களைச் செய்தனர். மணல் பகுதியாகக் காணப்பட்டதால் நெய்தல் நிலத்தில் பயிர்கள் விளையவில்லை. இதனால் மீன் பிடித்தலைத் தொழிலாக மேற்கொண்டனர்.

கடலில் இருந்து சுறா, இறா, திருக்கை முதலிய மீன்களைப் பிடித்தனர். அதனை விற்பனை செய்து வருமானத்தை உண்டாக்கினர். மீன்களை உலர்த்தி கருவாடு செய்து விற்பனையாக்கினர். நெய்தல் நில மக்களின் வாழ்க்கை குறிஞ்சி நில மக்களின் வாழ்க்கையை போன்று கடினமாகக் காணப்பட்டது.

கப்பல் கட்டும் தொழில்

கப்பல் கட்டும் தொழிலை நெய்தல் நில மக்கள் செய்து வந்தனர். கப்பல்கள் கட்டுவதற்கு மரங்களைத் தேர்ந்தெடுப்பது முக்கியமானதாகும். கப்பல் கட்டும் பொழுது இரும்பு ஆணியோ, உலோகத்தால் செய்த ஆணிகளையோ பயன்படுத்தவில்லை. மூங்கில் கழியில் சிறு சிறு ஆணிகள் தயார் செய்து, இருகட்டைகளையும் இறுகப் பிணைத்து மூங்கில் ஆணியால் அறைந்து விட்டனர்.

மற்றைய நாட்டினர் செய்யாத அளவிற்கு மரங்களை ஒன்றன் மேல் ஒன்றாக மூன்றடுக்காக இணைத்துக் கப்பல் கட்டினார்கள். கப்பல்கள் தண்ணீரிலேயே மிதப்பதால் மரங்களின் மேற்பகுதி கெட்டுத் துவாரம் ஏற்பட்டாலும், அடுத்தாற்போல இருக்கும் மரக்கட்டையில் துவாரம் விழுந்தாலும் இறுதியாக வைத்திருக்கும் மரக்கட்டை நீர்

25 பண்டைத்தமிழ் நாகரிகமும் பண்பாடும், ஞா. தேவநேயப் பாவாணர், ப. 127

உட்புகாதபடி தடுத்துக் கொண்டது. இதனால் கப்பல்களுக்கு எளிதில் ஆபத்து ஏற்படாது.

தேக்கு மரத்தால் உருவாக்கிய கப்பல்கள் எத்தனை ஆண்டு கடலில் கிடந்தாலும் கெட்டுப்போகாது என்று பண்டைக்கால மக்கள் அனுபவத்தால் கண்டறிந்தனர்.[26]

பாய்மர வகைகள்

மீன் பிடிப்பதற்குப் பாய்மரங்கள் பயன்பட்டன. அவைகள் பெரிய பாய்மரம், திருக்கைத்தி மரம், காணப்பாய் மரம், கோசுப்பாய்மரம் போன்ற பல பாய்மரங்கள் சங்க காலத்தில் காணப்பட்டன.

மீன்பிடித்தொழில்

மீன் பிடித்தொழில் நடைபெற்றதால் மக்கள் மீனை உணவாக உண்டனர். கடலில் மீன்பிடிக்கும் போது ஏறக்குறைய அறுநூறு அடி ஆழத்திற்குள்ளாக நடைபெற்றது என்று இத்தொழிலில் நன்கு அனுபவப்பட்ட பேரறிஞர் கே. புஷ்மான் என்பவர் கூறியுள்ளார்.[27]

மீன் பிடித்தலும் - பரதவர்களும்

பரதவர்கள் மீன்களைப் பிடிக்கச் செல்லும் பொழுது வரிசையாகக் கடலில் செல்வர். மீனைப் பிடித்துக் கொண்டு திரும்பும் பொழுது மிகுந்த ஆரவாரத்துடன் வந்தனர். இதனை,

"நிலவுக் கானல் முழவுத் தாழைக்
குளிர்ப் பொதும்பர் நளித்தூவல்
நிரைதிமில் வேட்டுவர் கரைசேர் கம்பலை"[28]

என மதுரைக்காஞ்சி கூறுகின்றது.

இரவு மீன் பிடிக்கச் செல்லும் பொழுது விளக்கு ஒளிக்காக மீன் நெய்யின் உபயோகத்தால் எரியும் விளக்கினை வைத்திருந்தனர்.

26 நம் நாட்டுக் கப்பற்கலை, அ. இராகவன், ப. 32. 28. மேலது,ப. 239
27 மேலது, ப. 239
28 மதுரைக்காஞ்சி, வரிகள். 114-116

இன்றைய மீன் பிடித்தொழில்

மீன் பிடிக்கும் தொழிலில் கலமோட்டி வணிகம் செய்யும் தொழில் முந்தையது ஆகும். இத்தொழில் வேளாண்மைக்கு அடுத்த நிலையில் உள்ள உணவு உற்பத்தி செய்யும் தொழில் ஆகும்.

இன்று மேனாடுகளில் மீன் பிடிக்கும் தொழில் மிகச் சிறப்பாக நடைபெறுகிறது. மீன் பிடிக்கும் சாதனங்கள் நவீன விஞ்ஞான முறையில் வளர்ந்துள்ளது. மீன் பிடிக் கப்பல்கள், வேறுவிதமான ஓடங்களும் கண்டு பிடிக்கப்பட்டுள்ளன.

ஆனால் தமிழகத்தில் ஐயாயிரம் ஆண்டுகளுக்கு முன்னால் உபயோகித்து வந்த அதே கட்டுமரங்களும், படகுகளும், ஓடங்களும், தோணிகளும், வலைகளும், மடிகளும், தூண்டில்களும் இருபதாம் நூற்றாண்டின் பிற்பகுதி வரை உபயோகப்படுத்தப்பட்டு வருகின்றன.[29]

உப்பு விளைவித்தல்

சங்க காலத்தில் உப்பு விளைவித்தல் என்பது பெருந்தொழிலாக நடைபெற்றது. உழாமலேயே உவர் நீரைப் பாத்தி கட்டி உப்பை விளைவித்தனர். உப்பு வாணிபமும் செய்தனர். இதனை,

'நோன் பகட்டு உமணர் ஒழுகை யொடுவந்த'[30]

எனச் சிறுபாணாற்றுப்படை கூறுகின்றது.

உப்பு விளைவிக்கும் தொழில் சங்க காலத்தில் நடைபெற்றதை ஆற்றுப்படை நூற்கள் மூலமாக அறியலாம்.

சங்கு அறுத்தல்

கடலில் இருந்து கிடைக்கும் சங்குகளை வளையல்களாக அறுத்து தொழில் செய்பவர்கள் வேளாளப் பார்ப்பார்க்கு உரிய தொழிலாகும். இதனை,

29 நம் நாட்டுக் கப்பற்கலை, அ. இராகவன், ப. 96
30 சிறுபாணாற்றுப்படை, வரி 55

'கோடு போழ் கடை நரும் திருமணி.........[31]

என மதுரைக் காஞ்சி கூறுகிறது.

சங்கினால் வளையல்கள் மட்டுமல்லாது பல அழகு சாதனங்களையும் செய்தனர். கடற்கரைப் பகுதிகளில் பார்த்தால் இன்றைக்கும் சங்கினால் ஆன கைவினைப் பொருள்களை விற்பனை செய்வதைக் காணலாம். நம் முன்னோரைப் பின்பற்றி நடைபெறும் தொழில் முறைகளை இன்று காண முடிகிறது.

முத்துக்குளிக்கும் தொழில்

முத்துக் குளிக்கும் தொழில் பாண்டிய நாட்டில் உள்ள கொற்கையில் சிறப்பாக நடைபெற்றது. கொற்கை முத்து உலகப் புகழ் பெற்றது ஆகும். முத்துக் குளிக்கும் தொழிலில் ஏராளமான ஓடங்களும், தோணிகளும், கப்பல்களும் ஈடுபட்டிருந்தன. பாண்டிய நாட்டிற்கு முத்துக் குளிக்குந் தொழிலால் ஏராளமான பொற்காசுகள் வந்து குவிந்தன. அக்காலத்தில் பரதவ மக்கள் இத்தொழிலில் நல்ல அனுபவத்துடன் காணப்பட்டனர்

இதனை,

முழங்கு கடல் தந்த விளங்கு கதிர் முத்தம்'[32]

என மதுரைக் காஞ்சி கூறுகிறது.

முத்துக் குளிக்கும் தொழில் நம் நாட்டு முன்னேற்றத்திற்குச் சங்க காலத்தில் பெரிதும் உதவியது.

பாலையைச் சார்ந்த தொழில்கள்

பாலையில் வெயிலின் மிகுதியால் மரம், செடி, கொடிகள் கரிந்து விடும். இவர்களுக்குத் தொழில் செய்வதற்கு என்று ஏதுவாக ஒன்றும் இல்லை. எனவே விலங்குகளை வேட்டையாடுவதையும், வழிச்செல்வோரிடம் இருந்து பொருளைப் பறிப்பதையும் தொழிலாகக் கொண்டனர்.

31 மதுரைக்காஞ்சி, வரி. 511
32 மதுரைக்காஞ்சி , வரி. 315

இதனை,

'அரிபுகு பொழுதின் இரியல் போகி'[33]

எனப் பெருமபாணாற்றுப்படை கூறுகிறது.

ஐவகை நிலங்களிலும் ஒவ்வொரு வகையான தொழிலைச் செய்து மக்கள் வாழ்ந்தனர். ஆயினும் இவற்றைத் தவிர எல்லா நிலத்து மக்களிடையிலும் பொதுவாகக் காணப்பட்ட சில தொழில்களும் இருந்தன.

பொதுவானத் தொழில்கள்

ஓவியத் தொழில் புரிவோர், உணவு சமைக்கும் தொழிலாளர்கள் ஆடை ஒலிப்போர், மருத்துவர், சிறு தொழிலாளர்கள் என பல பிரிவினர் இருந்தனர்.

ஓவியத் தொழிலாளர்கள்

எந்தவகைச் செய்தியையும், காட்சியையும் ஒப்புக்காட்சி வரைபவர்கள் ஓவியமாக்கள் என்று அழைக்கப்பட்டனர். துகிலினைக் கொண்டும், அரக்கு முதலிய வண்ணங்களைக் கொண்டும், தோய்த்து சித்திரம் வரைந்தனர். இதனை,

"எவ்வகைச் செய்தியும் உவமம் காட்டி
நுண்ணிதின் உணர்ந்த நுழைந்த நோக்கின்
கண்ணுள் வினைஞரும், பிறரும் கூடி"[34]

என மதுரைக்காஞ்சி கூறுகின்றது.

உணவு சமைக்கும் தொழிலாளர்கள்

உணவு சமைக்கும் பகுதியை 'அட்டில்' என்று கூறுவர். இவர்கள் பல வகையான உணவுகளைச் சமைத்து மக்களைக் கவர்ந்தனர்.

இறைச்சியைக் கோல்களில் சுட்டும், புளியங் கூழ் முதலியவற்றைச் சமைத்தும், கள் முதலிய பானங்களைச் சமைத்தும் பல்வேறு வகையான உணவுகளைச் செய்யும் தொழிலாளர்கள் சங்க காலத்தில் இருந்தனர்.

33 பெரும்பாணாற்றுப்படை, வரி 202
34 மதுரைக்காஞ்சி, வரிகள். 516-518

அக்காலங்களில் அறச்சாலைகள் பல காணப்பட்டன. அவைகளில் உணவு படைக்கும் தொழிலாளர்கள் இருந்தனர். அவர்கள் சோறு வடிக்கும் பொழுது கஞ்சி ஆறு போல சென்றதாம். இதனை,

"சோறுவாக்கிய கொழுங்கஞ்சி
யாறுபோலப் பரந்தொழுகி,
ஏறுபொரச் சேறாகித்"[35]

எனப் பட்டினப்பாலை கூறுகிறது.

ஆற்றுப்படை நூல்கள் சங்க காலத்தில் உள்ள மடைத் தொழிலாளிகளைப் பற்றி விளக்கியதை அறியலாம்.

ஆடை ஒலிப்போர்

சங்க காலத்தில் அழுக்குத் துணிகளை எடுத்துச் சென்று நீரில் தோய்த்து உலர்த்தி தூய்மை செய்து கொடுக்கும் மக்கள் இருந்தனர். அவர்களைப் 'புலைத்தி' என்று அழைத்தனர்.

இத்தொழிலைப் பெண்கள் செய்தனர். புலைத்தியர் விழா நாட்களில் அதிகமான துணிகளைத் தோய்த்துக் கொடுத்தனர். விசேஷமான நாட்களில் பெண்கள் புலைத்தியிடம் துணிகளைப் போட்டு அணிவது மரபாகக் காணப்பட்டது. இன்றும் இவ்வழக்கம் காணப்படுகிறது. பெண்களும் தொழில்கள் செய்து வாழ்க்கை நடத்தினர் என்பதை அறிய முடிகிறது.[36]

சிறு தொழில் செய்பவர்கள்

கோரை, மூங்கில், பனை நார் முதலியவற்றைக் கொண்டு கூடை, முறம், கட்டில் முதலியவற்றைச் செய்தனர். இத்தொழில் செய்பவர்கள் இழி குலத்தவராகக் கருதப்பட்டனர். இத்தகையச் சிறுதொழில் செய்பவர்கள் இன்றும் காணப்படுகின்றனர்.

சமுதாயத்தில் வாழும் மக்கள் தங்களுக்கென்று ஒரு தொழிலை அமைத்துக் கொண்டு வாழ்ந்தனர்.

35 பட்டினப்பாலை, வரிகள். 44-46
36 சங்கத் தமிழர் வாழ்வியல், மு. சண்முகம் பிள்ளை, பக்கம். 107

சாதிப்பெயர்கள்

தொழில்களை அடிப்படையாக வைத்து சங்க காலத்தில் சாதிப்பெயர்களை அமைத்துக் கொண்டனர். அந்தணர், ஆயர், உழவர், எயினர், கம்மியர், குயவர், குறவர், கூத்தர், கொல்லர், தச்சர், துடியர், பரதவர், பறையர், பாணர், புலையர், பொருநர், வண்ணார், வள்ளுவர், வணிகர், வேடர், வேளாளர், முதலியவை தொழிலினால் எழுந்த சாதிப்பெயர்கள் ஆகும்.[37]

அரசனின் அரண்மனை

சங்க காலத்தில் மன்னர் ஆட்சி நடைபெற்றது. அரசனின் அரசவையில் பலர் பணிபுரிந்தனர். அரசன் மக்களை வழி நடத்திச் செல்வதால் அவனது சொல்லுக்கு மக்கள் கீழ் பணிந்து நடந்தனர்.

அரசவையில் பணிபுரிபவர்கள்

அமைச்சர், நாற்பெருங்குழு, அறங்கூறு அவையம், மெய்க்காப்பாளர், நாழிகைக் கணக்கர், பெண்பணியாளர், நகரக்காவலர், கடை காப்பாளர், நீர் நிலைக்காப்பாளர், நாற்பெரும்படை, குதிரைப்படை, யானைப்படை முதலிய பல பிரிவினர் காணப்பட்டனர்.

இவர்கள் அரசரிடம் பணிபுரிந்து தங்களுடைய குடும்பங்களைக் காப்பாற்றினார்கள்.

அமைச்சர்கள்

அமைச்சரைக் 'காவிதிமாக்கள்' என அழைத்தனர். காவிதி என்பது மன்னனால் வழங்கப்பட்ட ஒரு பட்டமாகும். இது போல 'ஏனாதி' என்ற பட்டமும் வழங்கப்பட்டது. அமைச்சர்கள் மார்பில் சந்தனம் பூசி இருந்தனர். தலையில் துகில் மடித்தவர்களாகவும் காணப்பட்டனர். மன்னர்க்கு அரசுக்காரியங்களில் அறிவுரை கூறுபவர்கள் அமைச்சர்கள் ஆவர். இதனை,

37 தமிழக வரலாறும் தமிழர் பண்பாடும், ஆ. இராமகிருட்டினன் .ப. 87

"நறுஞ் சாந்து நீவிய கேழ்கிளர் அகலத்து
ஆவுதி மண்ணி அவிர் துகில் முடித்து
மாவிசும்பு வழங்கும் பெரியோர் போல
நன்றும் தீதும் கண்டு ஆய்ந்து அடக்கி
அன்பும் அறனும் ஒழியாது காத்து
பழிஒரீஇ உயர்ந்து பாய்புகழ் நிறைந்த"[38]

என மதுரைக்காஞ்சி கூறுகின்றது.

அமைச்சர்கள் அரசருக்குக் கீழ் பணி புரிந்தனர் என்பதை இவ்வடிகள் உணர்த்துகின்றன.

நாற்பெருங்குழு

அமைச்சரோடு அரசர்க்கு அரசியலில் உதவ நாற்பெருங்குழுக்கள் இருந்தனர். இவர்கள் புரோகிதர், சேனாதிபதி, தூதர், ஒற்றர் எனும் நால்வர் ஆவர்.

அறங்கூறு அவையம்

நீதித் துறையில் மன்னருக்கு உதவ 'அறங்கூறு அவையம்' என்னும் பகுதி இருந்தது. இவர்கள் துலாக்கோல் போன்று நடுநிலையுடன் செயல்பட்டனர். துன்பமும் பற்றுள்ளமும் இன்றி, சினமும் உவகையும் கொள்ளாது நீதி வழங்கினர். இதனை,

"அச்சமும் அவலமும் ஆர்வமும் நீங்கிச்
செற்றமும் உவகையும் செய்யாது, காத்து
ஞெமன் கோலன்ன செம்மைத்து ஆகிச்
சிறந்த கொள்கை அறங்கூறு அவையமும்"[39]

என மதுரைக்காஞ்சி கூறுகின்றது.

மெய்க்காப்பாளர்கள்

மன்னனைக் காவல் செய்வது மெய்க்காப்பாளனின் கடமையாகும். மெய்க்காப்பாளர்கள் 'மிலேச்சர்கள்' என்று அழைக்கப்பட்டனர். இதனை,

38 மதுரைக்காஞ்சி, வரிகள். 493-498
39 மதுரைக்காஞ்சி, வரிகள். 489 - 492

"நெடுநா ஒண்மணி நிழத்திய நடுநாள்
அதிரல் பூத்த ஆடு கொடிப் படாஅர்
சிதர்வரல் அசை வளிக்கு அசை வந்த ஆங்குத்
துகில் முடித்துப் போர்த்த தூங்கல் ஓங்கு நடைப்
பெரு மூதாளர் ஏமம் சூழ"[40]

என முல்லைப்பாட்டு கூறுகின்றது.

நாழிகைக் கணக்கர்

பொழுதினை அறிந்து மன்னருக்குத் தெரிவிப்பவர்கள் 'நாழிகைக் கணக்கர்' எனப்பட்டனர். இவர்கள் கன்னல் எனப்படும் நாழிகை வட்டிலினால் காலத்தைக் கணித்தனர். இதனை,

"பொழுது அளந்து அறியும் பொய்யா மாக்கள்
தொழுது காண் கையர் தோன்ற வாழ்த்தி
எறிநீர் வையகம் வெலீஇய செல்வோய் நின்
குறுநீர்க் கன்னல் இனைத்து என்று இசைப்ப"[41]

என முல்லைப்பாட்டு கூறுகின்றது.

பெண்பணியாளர்கள்

அரசனுடைய அந்தப்புரத்தில் பெண்கள் பலர் பணிபுரிந்தனர். இளம்பெண்களும் செவிலித்தாயாக இருந்த முதுபெண்டிரும் அரசருக்குப் பணிவிடைகள் செய்தனர். இதனை,

"சூதர் வாழ்த்த மாகதர் நுவல
வேதாளி கரொடு நாழிகை இசைப்ப
இமிழ் முரசு இரங்க, ஏறுமாறு சிலைப்ப"[42]

என மதுரைக்காஞ்சி கூறுகின்றது.

நகரத்தைக் காக்கும் காவலர்கள்

நகரத்தையும், நாட்டையும் காவல் புரிய பல காவலர்கள் இருந்தனர். களிறின் இருப்பிடத்தை அறியும் புலியைப் போல

40 முல்லைப்பாட்டு, வரிகள். 50 - 54
41 முல்லைப்பாட்டு, வரிகள். 55 - 58
42 மதுரைக்காஞ்சி, வரிகள். 70 - 72

திருடர்களின் இருப்பிடத்தைக் காவலர்கள் அறிந்திருந்தனர். இவர்கள் காவல் தொழில் செய்யும் போது மணியடித்து சென்றனர். இவர்கள் 'யாமம் காவலர்' என்றும் குறிப்பிடுவது உண்டு. இதனை,

"வயக்களிறு பார்க்கும் வயப்புலி போலத்
துஞ்சாக் கண்ணர், அஞ்சாக்கொள்கையர்
அறிந்தோர் புகழ்ந்த ஆண்மையர் செறிந்த
நூல்வழிப் பிழையா நுணங்கு நுண் தேர்ச்சி
ஊர்காப்பாளர் ஊக்கரும் கணையினர்,"[43]

என மதுரைக்காஞ்சி கூறுகின்றது.

கடை - காப்பாளர்

சங்க காலத்தில் நகரில் கடைகளைக் காவல் புரியத் தொழிலாளர்கள் அமைக்கப்பட்டிருந்தனர். இவர்கள் கடைகளைக் காவல் புரிந்தனர். இதனை,

"மாடம் ஓங்கிய மணம் மலி மறுகின்
பரதர் மலிந்த பல்வேறு தெருவின்"[44]

எனப் பெரும்பாணாற்றுப்படை கூறுகின்றது.

நீர் நிலைக்காவலர்கள்

நீர்நிலைகளைக்காவல் புரிவதற்காகத் தொழிலாளர்கள் நியமிக்கப் பட்டிருந்தனர். மழைக்காலங்களில் இரவில் துயிலாது பணிபுரிந்தனர். இதனை,

"தொழில் மழை பொழிந்த பானாட் கங்குல்
எறிதிரைத் திவலை தூஉம் சிறுகோட்டுப்
பெருங்குளம் காவலன் போல
அருங்கடி அன்னையும் துயில் மறந்தனளே?"[45]

என அகநானூறு கூறுகின்றது.

43 மதுரைக்காஞ்சி, வரிகள். 643-647
44 பெரும்பாணாற்றுப்படை, வரிகள். 322-323
45 அகநானூறு, 252, 11-14

அரசனின் படைகள்

அரசனிடம் குதிரைப் படை, யானைப்படை போன்ற இருவகைப் படைகள் காணப்பட்டன. குதிரைகளையும், யானைகளையும் காவல் செய்யும் மறவர்களும் இருந்தனர்.

குதிரைப்படை

பழங்காலத்தில் குதிரைகளைப் போர்களில் ஈடுபடுத்துவதற்கும் பழக்கம் செய்வதற்கும் தொழிலாளர்களை நியமித்தனர். இப்படையைக் கொண்டு எதிரிகளை விரட்டினர்.

யானைப்படை

யானைப் படைகள் பண்டைய தமிழகத்தில் இருந்தது. யானைகளைப் பராமரிக்கத் தொழிலாளர்கள் இருந்தனர். காடுகளில் பெரிய குழிகளை வெட்டி யானைகளைப் பிடித்தனர். பெண் யானையைக் காட்டி குழியிலிருக்கும் ஆண் யானையை மேலே ஏற்றினர். இதனை,

"பிறர் பிணியகத்து இருந்து பீடுகாழ் முற்றி
அருங்கரை கவியக் குத்திக் குழிகொன்று
பெருங்கை யானை பிடிபுக் காங்கு
நுண்ணிதின் உணர நாடி நண்ணார்"[46]

எனப் பட்டினப்பாலை கூறுகின்றது.

சங்க இலக்கியங்கள் மூலமாக பண்டைய மக்களின் தொழில் முறையை அறியலாம்.

வாகனங்களை இயக்கும் தொழிலாளர்கள்

தேர்கள், நாவாய் முதலியவைகளை இயக்கும் தொழிலாளர்கள் சங்ககாலத்தில் இருந்தனர்.

தேர்களை இயக்கும் தொழிலாளர்கள்

தேர்களை இயக்குபவர்கள் பாகன், வலவன் என அழைக்கப்பட்டனர். தேர்களில் பூட்டப்பட்ட குதிரைகளை

46 பட்டினப்பாலை, வரிகள். 222-225

ஓட்டிய தேர்ப்பாகர்கள் தங்கள் கைகளில் முட்கோல் ஏந்தியிருந்தனர். இதனை

"ஊர்ந்து பெயர் பெற்ற எழில் நடைப் பாகரொடு
மாசெலவு ஒழிக்கும் மதனுடை நோன்தாள்
வாள்முகப் பாண்டில் வலவனொடு தரீஇ"[47]

எனச் சிறுபாணாற்றுப்படை கூறுகின்றது.

நாவாய் இயக்கும் தொழிலாளர்கள்

நாவாய் இயக்குபவர்களைக் கடைக் குலத்தினராகக் கருதினர். இவர்கள் இயக்கும் நாவாயில் உயர் குலத்தாரும் பயணம் செய்தனர்.

வரி வாங்கும் தொழிலாளர்கள்

வணிகப் பொருள்களுக்கு வரி விதிக்கும் தொழிலாளர்கள் இருந்தனர். இவர்களைத் துறைமுகங்களில் காணலாம். இதனை,

"வைகல் தொறும் அசைவு இன்றி
உல்கு செயக் குறைபடாது."[48]

எனப் பட்டினப்பாலை கூறுகின்றது

இரவலர்கள்

எந்த ஒரு செயலையும் செய்யாமல் இரப்பதையே தொழிலாகக் கொண்ட இரவலர்கள் சங்ககாலத்தில் இருந்தனர்.

❖❖❖

47 சிறுபாணாற்றுப்படை, வரிகள். 258-260
48 பட்டினப்பாலை, வரிகள், 124 -125

7. வாணிபமும் பொருளாதாரமும்

தொழில் வளர்ச்சியின் காரணமாகத் தமிழ் மக்கள் பொருளாதாரத்திலும் வளர்ச்சியுற்றனர். பொருளாதாரத் துறையில் தங்களுக்கென்று ஒரு முத்திரையைப் பதித்துக் கொண்டனர். இவ்வளர்ச்சிக்குக் காரணம் மனிதனின் நேர்மையான வணிகமுறையே ஆகும். பொருளாதார வளர்ச்சிக்கு வேளாண்மைத் துறையும், கடல் வாணிபமும் முக்கியக் காரணங்களாக விளங்கியது. வேளாண்மைத் துறையால் விவசாயம் சிறப்பு பெற்றது.

கடல் வாணிபத்திற்கு நெய்தல் நிலமே மிக இன்றியமையாததாக இருந்தது. தமிழகம் சங்க காலத்தில் பல நாடுகளுடனும் வணிகத் தொடர்பு வைத்திருந்தது. உள் நாட்டு வாணிபத்தை விட வெளிநாட்டு வாணிபம் பெரிய அளவில் நடைபெற்றது. அயல் நாட்டு வாணிபத்திற்குக் கப்பல்கள் உதவின. அவற்றில் பயணம் செய்து வாணிபத்தைத் திறம்படச் செய்துள்ளனர்.

பண்டமாற்றுமுறை

தொடக்கக் காலத்தில் அனைத்துத் துறைகளிலும் பின்தங்கி இருந்த மக்கள் தங்களுடைய கடின உழைப்பினால் முன்னேறினார்கள். மனிதன் ஒரு பொருளை முதன்முதலாக விற்பனை செய்யும் பொழுது அதற்குப் பதிலாக காசு வாங்கவில்லை. தன்னிடம் இருக்கும் பொருளுக்குப் பதிலாக இல்லாத பொருளைப் பெற்றுக் கொண்டான்.

சங்க கால மக்களின் பண்டமாற்று முறை இன்றைக்குச் சில வருடங்களுக்கு முன்பு கூட இருந்தது. இன்று வழக்கில் இல்லை.

எடுத்துக்காட்டாக வேடர்கள் தேனையும், கிழங்கையும் மதுபானக் கடைகளில் கொடுத்துவிட்டு அதற்குப் பதிலாக வறுத்த மீன், இறைச்சி, மது முதலியவற்றை வாங்கி உண்டனர்.

உழவர்கள் கரும்பையும் அவலையும் கொடுத்து அதற்குப் பதிலாக, மான் இறைச்சியையும், மதுவையும் பெற்றுக்கொண்டனர். பின்னர் மதுவை அருந்தி மகிழ்ந்தார்கள். இதனை,

"தேனெய்யொடு கிழங்குமாறியோர்
மீனெய்யொடு நறவுமறுகவுந்
தீங்கரும்போ டவல்வகுத்தோர்
மான்குறையொடு மதுமறுகவும்"[1]

எனப் பொருநராற்றுப்படை கூறுகின்றது.

இடைக்குலப் பெண்கள் நெய்யைப் பண்டமாற்றுச் செய்யாமல் காசுக்காக விற்று அக்காசுகளைச் சேமித்து வைத்தனர்.

உப்பு வணிகர் உப்பைக் கொடுத்து நெல்லைப் பெற்றுக்கொண்டனர். அவர்கள் பெற்றுக்கொண்ட நெல்லைச் சிறு படகுகளில் ஏற்றிக் கொண்டு கழிகளில் ஓட்டிச் சென்றனர். இதனை,

"சென்மோ இரவல சிறக்க நின் உள்ளம்
....
....
பல் எருத்து உமணர் பதிபோகு நெடுநெறி"[2]

எனப் பெரும்பாணாற்றுப்படை கூறுகின்றது

பண்டமாற்று முறைகளே வாணிப வளர்ச்சிக்கு மூலகாரணமாக விளங்கியது. ஆரம்ப காலத்தில் உள் நாட்டிற்குள்ளேயே பண்டமாற்று முறை நடைபெற்றது.

கிராம மக்களின் வாணிபம்

சங்க கால மக்களின் பொருளாதார நிலை கிராமப்புற மக்களை அடிப்படையாகக் கொண்டது எனலாம். தொழில்களைச் செய்து அதனால் கிடைத்த பொருளைக் கையில் வைத்துக் கொள்ளவில்லை. அதனை மற்ற நிலத்து மக்களிடம் பண்டமாற்று செய்தனர்.

---

1 பொருநராற்றுப்படை, வரிகள். 214-217
2 பெரும்பாணாற்றுப்படை, வரிகள். 45-65

விலை உயர்ந்த பொருட்களுக்கு மட்டும் காசுகளைப் பெற்றுக்கொண்டனர். இவ்வாறு வாணிபம் செய்யும் வணிகர்கள் பண்பாட்டிலும் சிறந்து விளங்கினார்கள்.

வணிகர் பண்பாடு

வணிகர்கள் அறநெறி உடையவர்களாகவும், நடுநிலையில் வியாபாரம் செய்யும் நல்ல உள்ளம் படைத்தவர்களாகவும் காணப்பட்டனர். வியாபாரத்தின் பொழுது பொருளைப் பெற்றுக்கொள்பவர்கள் அதிக விலைக்கு வாங்கி விட்டோம் என்று எண்ணாதபடி விற்பனை செய்தனர்.

இலாபம் அடைய வேண்டும் என்பதை மட்டுமே குறிக்கோளாகக் கொண்டு செயல்படவில்லை. இதனை,

"வாணிகம் செய்வார்க்கு வாணிகம் பேணிப்
பிறவும் தமபோற் செயின்"[3]

எனத் திருவள்ளுவர் வாணிபம் செய்பவர்களின் சிறப்பை எடுத்துரைக்கிறார்.

நேர்மை

பல்வேறு நாட்டுப் பொருள்களை விற்பனை செய்த போதிலும் நேர்மையைக் கடைபிடித்து வாணிபம் செய்தனர்.

இதனை,

"நெடுநுகத்துப் பகல்போல,
நடுவுநின்ற நன்னெஞ்சினோர்
வடுஅஞ்சி வாய்மொழிந்து
தமவும்பிறவும் ஒப்பநாடிக்
கொள்வதூஉம் மிகைகொளாது கொடுப்பதூஉம் குறைகொடாது
பல்பண்டம் பகர்ந்துவீசும்
தொல்கொண்டித் துவன்றிருக்கை'[4]

எனப் பட்டினப்பாலை கூறுகின்றது.

நேர்மையான வணிகர்கள் அக்காலத்தில் வாழ்ந்ததை உருத்திரங் கண்ணனார் கூறியுள்ளார்.

---

3 திருக்குறள், 120
4 பட்டினப்பாலை, வரிகள். 206 - 212

வணிகர்களின் குறிக்கோள்

வாணிபம் செய்யும் வணிகர்கள் நல்ல தரமான பொருட்களை வாங்கியே விற்பனை செய்தனர். இதனால் அப்பொருளைப் பெற்றுக் கொள்பவர்களின் உள்ளமும் மகிழ்ச்சி அடையும் என்ற குறிக்கோளுடன் செயல்பட்டனர். இதனை,

"அறநெறி பிழையாது ஆற்றின் ஒழுகிக்
குறும்பல் குழுவின் குன்று கண்டன்ன,
பருந்து இருந்து உகக்கும் பலமாண் நல் இல்
பல்வேறு பண்டமோடு ஊண் மலிந்து கவினி,
மலையவும் நிலத்தவும் நீரவும் பிறவும்
பல்வேறு திருமணி முத்தமொடு பொன் கொண்டு
சிறந்த தேஎத்து பண்ணியம் பகர்நரும்"[5]

என மதுரைக்காஞ்சி கூறுகின்றது.

இக்கால வணிகர்கள் எவ்வாறு திகழ வேண்டும் என்பதற்குச் சங்க கால வணிகர்கள் ஒரு முக்கியக் கருவியாகத் திகழ்கின்றனர்.

வாணிபத்தில் கொடிகள்

பழங்காலத்தில் வணிகர்கள் சிறந்த முறையில் காணப்பட்டனர். வாணிபமும் சிறப்பாக அமைந்தது. வாணிபத்திற்குக் கொடிகளும் பயன்படுத்தி இருந்தனர். அங்காடிகளில் பல பொருள்களை வைத்திருப்பர். அவ்விடத்திற்கு சந்தைகள் என்ற பெயரும் இருந்தது. மக்கள் பொருள்களை வாங்குவதற்கு அங்காடிகளுக்கு வரும்பொழுது பொருட்களுக்காகத் தேடித் திரிந்து அலையாதபடி ஒவ்வொரு பொருளுக்கும் ஒரே கொடியைப் பயன்படுத்தினர். இதனை,

'கள்ளின் களிநவில் கொடி................'[6]

என மதுரைக்காஞ்சி கூறுகின்றது.

5 மதுரைக்காஞ்சி, வரிகள். 500-506
6 மேலது, வரி. 372

வாணிபத்திற்குக் கொடிகள் பயன்படுத்திய முறைகள் இக்காலத்தில் இல்லை. ஆயினும் விளம்பரப் பலகைகள் பயன்படுத்துவதற்குக் காரணம் நம் முன்னோர்களின் நெறிகளைப் பின்பற்றி அமைந்ததாகவே கூறலாம்.

சிலப்பதிகாரத்தில் கொடிகள்

இளங்கோவடிகளுடைய காலத்திலும் வாணிபத்திற்குக் கொடிகள் பயன்படுத்தியிருக்கின்றனர். இதனை,

"சாதரூபம் கிளிச்சிறை ஆடகம்
சாம்பூ நதமென ஓங்கிய கொள்கையின்
பொலந்தெரி மாக்கள் கலங்குஅஞர் ஒழித்தாங்கு
இலங்கு கொடியெடுக்கும் நலங்கிளர் வீதியும்'[7]

எனச் சிலப்பதிகாரம் கூறுகின்றது.

வணிகர்கள் அறிவுத்திறனுடன் செயல்பட்டிருப்பதை அறிய முடிகிறது. இவர்கள் அறச்செயல் செய்வதிலும் சிறப்புடன் காணப்பட்டனர்.

அறச்செயல்கள்

வணிகர்கள் பல அறக்கூடங்கள் அமைத்திருந்தனர். அறவைச் சோறு அளிக்கும் ஊட்டுப்புரை அமைத்தல், வெளியூரார் வந்து தங்கும் சத்திரச் சாவடிகள் கட்டுதல், வழிப்போக்கருக்குச் சோலையோடு கூடிய குளம் வெட்டுதல் முதலிய பல அறச்செயல்களை அக்கால வணிகர்கள் செய்தனர். இதனை,

"பண்ணியம் அட்டியும் பசும்பதம் கொடுத்தும்
புண்ணியம் முட்டாத் தண்ணிழல் வாழ்க்கை" [8]

எனப் பட்டினப்பாலை கூறுகின்றது.

வாணிபம்

வாணிபம் இரண்டு வகையாக நடைபெற்றது.

1) உள்நாட்டு வாணிபம்

2) அயல்நாட்டு வாணிபம்

7 சிலப்பதிகாரம், 14 : 201 204
8 பட்டினப்பாலை, வரிகள். 203 - 204

உள்நாட்டு வாணிபம்

உள்நாட்டு வாணிபம் என்பது சிறிய அளவில் உள்நாட்டிற்குள்ளே நடைபெற்றது. தமிழக நகரங்களில் பெரிய அங்காடிகள் போன்றவை காணப்பட்டன. புகாரும், மதுரையும் உள்நாட்டு வாணிபத்தில் சிறப்பு பெற்ற நகரங்கள் ஆகும்.

நெல் முக்கிய விளைபொருளாகக் காணப்பட்டது. எனவே நெல், வாழைப்பழம், கரும்பு, தினை, இஞ்சி, தேங்காய், பனைவெல்லம் போன்றவையும் உள்நாட்டு வாணிபத்திற்குப் பயன்பட்ட பொருட்கள் ஆகும்.[9]

வாணிபத்தில் விலங்குகள்

அக்காலத்தில் வாணிபம் செய்யும் பொழுது மிருகங்களையும் வாணிபத்திற்குப் பயன்படுத்தினர். வணிகர்கள் கால்நடையாக நடக்கும் பொழுது மிருகங்களையும் உடன் அழைத்துச் சென்றனர்.

குதிரைகள், கோவேறு கழுதைகள் முதலியன வாணிபத்தில் ஈடுபட்ட மிருகங்கள் ஆகும். இம் மிருகங்களின் மேல் வணிகப் பண்டங்களை ஏற்றிக்கொண்டு செல்வர். இவ்வாறு உள்நாட்டு வாணிபம் சிறிது சிறிதாகத் தழைக்க ஆரம்பமாயின.

வணிகச் சாத்துக்கள்

வாணிபம் செய்யும்பொழுது வணிகர்கள் கூட்டம் கூட்டமாகச் சென்றனர். இவர்களின் காவல் தெய்வம் ஐயனார் ஆவார். ஐயனாருக்குச் சாத்தன் என்ற பெயரும் உண்டு. இந்தக் குழுக்களுக்குச் சாத்தன் என்ற தெய்வத்தின் பெயரை அமைத்துக் கொண்டனர். சிலப்பதிகாரத்தில் கூறப்படுகின்ற மாசாத்துவான் எனும் வணிகனும் இக்குலத்தைச் சார்ந்தவன் ஆவான்.

9 தமிழக வரலாறும் பண்பாடும், வேதி. செல்வம், ப. 107

வணிகச் சாத்துக்கள் தங்கள் காவல் படையுடன் தமிழகத்தை அடுத்த வடுக நாட்டிற்குச் சென்று வாணிபம் செய்தனர். இதனை,

"குல்லைக் கண்ணி வடுகர் முனையது
வல்வேற் கட்டி நன்னாட் டும்பர்
மொழி பெயர் தேஎத்த ராயினும்
வழிபடல் சூழ்ந்திசின் அவருடை நாட்டே"[10]

எனக் குறுந்தொகை கூறுகின்றது.

காவல் புரிதல்

வணிகர்கள் ஒரே இடத்திலேயே இருக்கமாட்டார்கள். ஊர் ஊராகச் செல்லவேண்டிய காரணத்தால் அவர்கள் பயணம் செய்யும் பெருஞ்சாலைகளில் அரசனின் விற்படைகளும், வணிகச் சாத்துக்களும் நின்று கொண்டு காவல் புரிந்தனர்.

இதனால் வழிப்பறிக் கொள்ளையரிடம் இருந்து வணிகர்கள் தங்களைப் பாதுகாத்துக் கொண்டனர். காவலர்கள் ஆட்சேதமும், பொருட்சேதமும் நேராதவாறு இரவும், பகலும் காவல் புரிந்தனர். இதனை,

"உடம்பிடித் தடக்கை யோடா வம்பலர்
தடவு நிலைப் பலவின் முழு முதல் கொண்ட
சிறுகளைப் பெரும்பழம் கடுப்ப மிரியல்
புணர்ப் பொறை தாங்கிய வடு ஆழ் நோன் புறத்து
அணர்ச் செவிக் கழுதைச் சாத்தொடு வழங்கும்
வில்லுடை வைப்பின் வியன் காட்டு இயவின்"[11]

எனப் பெரும்பாணாற்றுப்படை கூறுகின்றது.

பெருஞ்சாலைகளில் நடந்துச் செல்பவர்களுக்குக் காவலர்கள் காவல் புரிவதால் எந்த பயமும் இல்லாமல் வணிகர்கள் உள்நாட்டு வாணிபத்தில் வெற்றி கண்டனர்.

10 குறுந்தொகை, வரிகள். 11-14
11 பெரும்பாணாற்றுப்படை, வரிகள். 76-81

வாணிபத்தில் மகளிர்

ஆண்களைப் போன்று பெண்களும் வாணிபத்தில் ஈடுபட்டனர். பெண்கள் தெருக்களில் பலவகையானப் பொருள்களைக் கூவிக் கூவி விற்றனர். அவைகள் தித்திக்கும் பணியாரங்கள், பூமாலைகள், வெற்றிலை, பாக்கு, சுண்ணாம்பு போன்றவை ஆகும். இதனை,

'தீம்புகழ் வல்சிக் கழல் கால் உழவர்
பூந்தலை முழவின் நோன் தலை கடுப்பப்
பிடகைப் பெய்த கமழ் நறும் பூவினர்,
பலவகை விரித்த எதிர் பூங்கோதையர்
பலர்தொகுபு இடித்த தாதுஉகு சுண்ணத்தர்
தகைசெய் தீம்சேற்று இன்னீர் பசுங்காய்
நீடுகொடி இலையினர் கோடு சுடு நூற்றினர்"[12]

என மதுரைக் காஞ்சி கூறுகின்றது.

சங்க காலத்தில் வயதில் முதிர்ந்த பெண்களும் உழைக்க வேண்டும் என்ற எண்ணத்துடன் இருந்தனர். ஆணாக இருந்தாலும் பெண்ணாக இருந்தாலும் உழைத்து தங்களுடைய வாழ்க்கையை நடத்தினர் என அறியலாம். இதனை,

"இருங்கடல் வான்கோடு புரைய வாருற்றுப்
பெரும் பின்னிட்ட வால் நரைக் கூந்தலர்
....
கமழ்நறும் பூவோடு மனைமனை மறுக"[13]

என மதுரைக்காஞ்சி கூறுகின்றது.

வயது முதிர்ந்த பெண்களாக இருந்ததால் மக்கள் கூடும் இடங்களிலும், தெருக்களிலும், மனைகளிலும், காதலனும் காதலியும் கூடும் இடங்களிலும் சென்று வியாபாரம் செய்தனர். இவர்கள் வாணிபம் செய்வதில் திறமையுடனும் காணப்பட்டனர்.

---

12 மதுரைக்காஞ்சி, வரிகள். 395-401
13 மதுரைக்காஞ்சி, வரிகள். 407 - 423

உள்நாட்டு வாணிபம் சிறந்த முறையில் நடைபெற்றதன் காரணத்தால் அயல் நாட்டு வாணிபமும் செயல்படத் தொடங்கியது.

அயல்நாட்டு வாணிபம்

நெய்தல் நிலமே அயல்நாட்டு வாணிபத்திற்குப் பெரிதும் உதவியது. கடல் சார்ந்த பகுதியாக இருப்பதால் கடல் போக்குவரத்து இந்நிலத்தில் நடைபெற்றது. மூவேந்தர்களின் சின்னங்கள் பொறிக்கப்பட்ட நாவாய்கள் கடல் வாணிபத்திற்குப் பயன்படுத்தப்பட்டன. தமிழர்கள் கடல் பயணத்தில் பெற்ற வெற்றியை பாரதியார்

"சிங்களம் புட்பகம் சாவகம் ஆகிய
தீவு பலவினுஞ் சென்றேறி - அங்கு
தங்கள் புலிக்கொடி மீன் கொடியும் நின்று
சால்புறக் கண்டவர் தாய்நாடு'

எனப் பாடியுள்ளார். பழங்காலத்தில் கடற்பயணம் செய்து வாணிபம் நடைபெற்றதனை பாரதியாரின் கூற்றினால் தெளிவாக உணரலாம்.

துறைமுகங்கள்

அயல்நாட்டு வாணிபம் நீர் வழியாக நடைபெற்றது. நீர் வழிப் பயணத்திற்குக் கப்பல்கள் பெரிதும் உதவியன. கடற்கரை நிலத்தை விட மிகத் தாழ்ந்த மட்டத்திலிருப்பது துறைமுகங்கள் ஆகும். துறைமுகத்தைப் பழங்காலத்தில் 'பட்டினம்' என்றும் அழைத்தனர்.

துறைமுகங்களில் ஏற்றுமதி, இறக்குமதி ஆகிய இரண்டுமே நடைபெற்றது. கப்பல்கள் தங்கும் துறைமுகங்கள் பல சங்க காலத்தில் காணப்பட்டன. சேரநாடு, சோழநாடு, பாண்டியநாடு போன்றவற்றில் துறைமுகங்களும், கலங்கரை விளக்குகளும் அமைந்திருந்தன.

சேரநாட்டுத் துறைமுகம்

சேரநாட்டில் முசிறிப்பகுதியில் துறைமுகங்கள் காணப்பட்டது. முசிறியில் உள்ள துறைமுகத்தில் சுங்கச்

சாவடிகள், பண்டகச் சாலைகள், கிடங்குகள், தளங்கள் போன்றவைகள் காணப்பட்டன. முசிறி துறைமுகத்தில் ஏற்றுமதி, இறக்குமதி இரண்டுமே நடைபெற்றது. இங்குள்ள துறைமுகத்தில் எப்பொழுதும் கப்பல்கள் நிறைந்து காணப்பட்டன.

சோழநாட்டுத் துறைமுகம்

சோழ நாட்டில் பூம்புகார் சிறந்த துறைமுகப் பட்டினமாக விளங்கி இருந்தது. புகார் பட்டினம் பூ மரங்கள் நிறைந்த பட்டினமாக விளங்கியதால் பூம்புகார் என்ற பெயர் எழுந்தது. புகார் நகரத்தில் உள்ள துறைமுகத்தில் பல நாவாய்கள் கொடிகள் ஏற்றப்பட்டு அசைந்து கொண்டிருந்தன. அதனைக் காண்பதற்கு கட்டுத்தறிகளால் கட்டப்பட்ட யானைகள் ஆடிக்கொண்டிருப்பது போலக் காணப்பட்டது. இதனை,

"வெளில் இளக்கும் களிறு போலத்
தீம்புகார்த் திரை முன்துறைத்
தூங்கு நாவாய்த் துவன்றிருக்கை
மிசைக் கூம்பின் நசைக்கொடியும்"[14]

எனப் பட்டினப்பாலை கூறுகின்றது

கலங்கரை விளக்குகள்

புகார் துறைமுகத்திற்கு அருகில் கலங்கரை விளக்குகள் காணப்பட்டன. கலங்கரை விளக்குகள் வெளிநாட்டில் இருந்து வரும் கப்பல்களை வரவேற்கும் முறையிலும், அவைகள் வழி தவறி செல்லாத வகையிலும் வடிவமைக்கப் பட்டிருந்தன.

கலங்கரை விளக்கின் அமைப்பு

கலங்கரை விளக்குகள் விண்ணை முட்டும் அளவிற்கு உயர்ந்து ஒளி வீசிக் கொண்டிருந்தன. இரவில் செல்லும் கப்பல்களுக்கு வெளிச்சம் வீசிக் கொண்டிருந்தது. அவைகள் ஏணியின் உதவியால் ஏறமுடியாதபடி உயர்ந்து நின்றன.

14 பட்டினப்பாலை, வரிகள். 172 - 175

இதனை,

"வான மூன்றிய மதலை போல
ஏணி சாத்திய வேற்றருஞ் சென்னி
விண் பொர நிவந்த வேயா மாடத்து
இரவின் மாட்டிய இலங்கு சுடர் ஞெகிழி,
உரவுநீ ரழுவத்தோடு கலங்கரையும்"[15]

எனப் பெரும்பாணாற்றுப்படை கூறுகின்றது.

தமிழ் நாட்டில் கலங்கரை விளக்குகள் காணப்பட்டதைப் போன்று இந்தியாவின் பல இடங்களிலும் காணப்பட்டன.

மாமல்லபுரத்தில் கலங்கரை விளக்குகள்

மாமல்லபுரத்தில் இன்று ஒளி வீசுகின்ற கலங்கரை விளக்குகள் ஆங்கிலேயர் ஆட்சி காலத்தில் கட்டப்பட்டவை ஆகும். கி.பி. 8 ஆம் நூற்றாண்டில் சோழர்களால் கட்டப்பட்ட கலங்கரை விளக்குகள் கவனிப்பாரின்றி இன்று காணப்படுகிறது. நம் நாட்டில் பழம்பெரும் பொக்கிசமாகக் கருதவேண்டிய அவ்விளக்குகளை கவனிப்பாரின்றி அழியவிட்டு விட்டனர்.

பண்டையத் தமிழர்களால் கட்டப்பட்ட கொற்கை, முசிறி, பூம்புகார் போன்ற துறைமுகப்பட்டினங்கள் கடலில் மூழ்கியதால் அவற்றின் முழு உருவத்தையும் நம்மால் காணமுடியவில்லை.

பாண்டிய நாட்டுத் துறைமுகம்

பாண்டிய நாட்டுத் துறைமுகங்களில் கொற்கைத் துறைமுகமே சிறப்பு மிக்கதாகக் கருதப்படுகிறது. ஆனால் தொன்மையான துறைமுகமாக திருநெல்வேலி மாவட்டத்தில் உள்ள உவரியில் துறைமுகம் இருந்ததாகவும் கூறுகின்றனர்.

கொற்கையில் உரோமர், கிரேக்கா, அரேபியர், சீனர் போன்ற அயல் நாட்டார் வந்து இறங்கி, வணிகம் செய்ததாகக் கூறப்படுகிறது. இதன் மூலம் பாண்டியர் பல நாடுகளுடனும் வாணிபம் செய்தனர் என்பதையும் அறியலாம்.

15 பெரும்பாணாற்றுப்படை, வரிகள். 346 - 350

முரசு கொட்டுதல்

கப்பல்கள் துறைமுகத்திற்கு வரும்பொழுதும், புறப்படும் பொழுதும் முரசங்கள் முழங்கப்பட்டன.

இதனை,

"இன்னிசை முரசம் முழங்கப்
பொன் மலிந்த விழுப்பண்டம்
நாடார நன் கிழிதரும்
ஆடியற் பெரு நாவாய்"[16]

என மதுரைக்காஞ்சி கூறுகின்றது.

கப்பலில் இருந்து, கொண்டு வரும் பொருள்கள் தோணிகளின் உதவியால் கரைப்பகுதிக்கு எடுத்துக் கொண்டு வரப்பட்டன.

கலங்கரை விளக்குகள், கப்பல் பழுதுபார்க்கும் சாலைகள், சுங்கச் சாலைகள், பண்டகச்சாலைகள் போன்றவைகள் அக்காலத்தில் காணப்பட்டன. சுங்கச் சாவடிகளில் ஒவ்வொரு மூடைக்கும் முத்திரையைப் பொறித்தனர். இதனை,

"வைகல்தொறும் அசைவின்றி
உல்குசெயக் குறைபடாது
....
பொதிமூடைப் போர்ஏறி"[17]

எனப் பட்டினப்பாலை கூறுகின்றது.

சங்க காலத்தில் துறைமுகங்களுக்கு வரும் ஒவ்வொரு பொருளுக்கும் விதிமுறை இருந்ததை அறியமுடிகிறது.

இன்றைய துறைமுகங்கள்

துறைமுகங்கள் இன்றையக் காலத்தில் கட்டியிருப்பதற்கு அடித்தளமாக அமைவது சங்ககால மக்களின் உழைப்பால் தோன்றிய துறைமுகங்களே காரணம் ஆகும். அவைகளை மூலகாரணமாக வைத்து புதிய வடிவில் இன்று கட்டியிருக்கின்றனர்.

16 மதுரைக்காஞ்சி, வரிகள். 80 - 83
17 பட்டினப்பாலை, வரிகள். 124 - 137

இன்றைய கலங்கரை விளக்குகள்

பண்டைய காலங்களில் கட்டப்பட்ட கலங்கரை விளக்குகளை அடியொற்றியே இன்று கலங்கரை விளக்குகள் வடிவமைக்கப்பட்டுள்ளன. கடற்கரைக்கு அருகில் அமைந்துள்ளதால் அவைகள் உறுதியாகவும் கட்டப்பட்டுள்ளன.

இந்தியா சுதந்திரம் அடைந்த பிறகு கப்பல் கட்டும் துறையில் பல மாற்றங்கள் கொண்டு வந்துள்ளது. இவ்வாறு நம் நாட்டு மக்கள் சிறப்பாக வாழ்வதற்கு நம்முடைய மூதாதையர்கள் முக்கியக் காரணமாக விளங்குவதை அறிய முடிகிறது.

அயல் நாட்டு வாணிபத்தின் பங்கு

நம் நாட்டில் அதிகமாக உற்பத்தியானவற்றை பிற நாட்டிற்கும், பிற நாடுகளில் அதிகமாகக் கிடைப்பவற்றையும் நம் நாட்டிற்கும் ஏற்றுமதி, இறக்குமதி செய்தனர். அயல்நாட்டு வாணிபத்தில் பொருட்கள் கப்பல்கள் மூலமாக துறைமுகத்திற்கு வந்து இறங்கின. சங்க காலத்தில் ஏற்றுமதியும், இறக்குமதியும் நம் நாட்டுப் பொருளாதார வளர்ச்சிக்கு முக்கியப் பங்கு வகித்தது. (பழங்கால வாணிப முறையை விளக்கும் மாதிரிப்புகைப்படம் இணையளத்தில் இருந்து கிடைத்தது. (பின்னிணைப்பு 6 இல் காணலாம்)

ஏற்றுமதியான பொருள்கள்

நம் நாட்டில் இருந்து பிற நாட்டிற்கு பலவகையான பொருள்கள் ஏற்றுமதி ஆயின. இதனால் நம்நாட்டுப் பொருட்களுக்குச் சிறப்பு ஏற்பட்டது. கொங்கு நாட்டு தங்கம், பாண்டிய நாட்டு முத்து, சந்தனம், மிளகு போன்றவையும் மேல்நாடுகளுக்கு ஏற்றுமதி ஆயின. மரவகைகள், எண்ணெய், தேங்காய், கருப்பட்டி போன்றவையும் வணிகப்பொருள்களாகப் பிற நாடுகளுக்கு ஏற்றுமதி செய்யப்பட்டது.

உயர்தர ஆடைகள், பட்டாடைகள், வண்ணப் பகட்டான ஆடைகள், விரிப்புகள், ஓவிய வேலைப்பாடுடையப்

பொருள்கள், வைரம், விலை உயர்ந்த கற்கள் முதலியவையும் மயில், கிளி போன்ற பறவைகளும், குரங்கு, புலி போன்ற விலங்குகளும் ஏற்றுமதிப் பொருட்களாகத் திகழ்ந்தன.

தமிழகத்தில் ஏற்றுமதிக்குப் பயன்படுத்திய வணிகப்பொருள்களின் பட்டியலில் அகில், அரிசி, ஆடைகள், ஆரம், இஞ்சி, இலவங்கம், ஏலம், கருங்காலி, மயில், மிளகு, முத்து முதலியவை சிறப்பிடம் பெறுகின்றன. தமிழகத்தில் உள்ள கப்பல்கள் பொருள்களை விற்றுவிட்டு அங்கிருந்து பொன்னுடன் திரும்பி வந்தன. இதனை,

"பொன்மலிந்த விழுப்பண்டம்
நாடுஆர நன்கு இழிதரும்
ஆடு இயல் பெரு நாவாய்"[18]

என மதுரைக்காஞ்சி கூறுகின்றது

சங்க காலத்தில் ஏற்றுமதி சிறப்பாக நடைபெற்றிருந்ததை ஆற்றுப்படை நூல்களால் உணரலாம்.

இறக்குமதியான பொருள்கள்

தமிழக மக்கள் ஏற்றுமதி செய்ததோடு இறக்குமதியும் செய்தனர். மேற்கு நாடுகளில் இருந்து மது, கண்ணாடிச் சாமான்கள், குதிரைகள் முதலியவை வரவழைக்கப்பட்டன. இலங்கை, பர்மா போன்ற நாடுகளில் இருந்து உணவுப் பொருள்களும், சீனாவிலிருந்து விளிம்பு வைத்த பட்டுகளும், சர்க்கரையும் வரவழைக்கப்பட்டது.

யவனர்களின் கப்பல்கள் பொன்னொடு வந்து மிளகொடு திரும்பிச் சென்றன. இதனை,

"யவனர் தந்த வினைமாண் நன்கலம்
பொன்னொடு வந்து கறியொடு பெயரும்
வளங்கெழு முசிறி..........."[19]

என அகநானூறு கூறுகின்றது.

18 மதுரைக்காஞ்சி, வரிகள். 81-83
19 அகநானூறு, 149 வரிகள். 911

எட்டுத்தொகை நூல்களிலும் சங்ககால வணிகர்கள் இறக்குமதி செய்தமை கூறப்பட்டுள்ளது.

ஏற்றுமதி, இறக்குமதி செய்வதால் வெளிநாட்டவர் நம் நாட்டிற்கு வந்து பலமொழிகள் பேசி நம் மக்களோடு கலந்து வாழ்ந்தனர்.

வெளிநாட்டார் வருகை

தமிழகத்தில் வாணிபத்தின் காரணமாக வெளிநாட்டார் பலர் வருகை புரிந்தனர். அப்பொழுது பாண்டிய அரசர்களைப் பற்றியும், பாண்டிய நாட்டு மக்களைப் பற்றியும் பல செய்திகளைத் தந்துள்ளனர். மாறவர்ம குலசேகரனின் ஆட்சி நாற்பது ஆண்டுகள் நீடித்திருந்தது. அவன் ஆட்சி வளமிக்கதாகக் காணப்பட்டது. அரசன் விலை உயர்ந்த ஆபரணங்கள் அணிந்திருந்தான். பல மனைவியர்களை உடையவனாகவும் காணப்பட்டான். மன்னனுடைய அவையில் அரபு நாட்டுத் தூதர் இடம் பெற்றிருந்தார்.

காயல் என்ற துறைமுகம் அக்காலத்தில் சிறந்து விளங்கியது. ஆரம்ஸ், ஏடன் முதலிய துறைமுகப் பட்டினத்திலிருந்து குதிரைகள் வரவழைக்கப்பட்டன. வெளிநாட்டு வணிகர்கள் வருவதை நம் நாட்டு அரசர்கள் விரும்பினர். பாரசீக வளைகுடா மேல் உள்ள தீவுகள், துருக்கி, குறசான், ஈராக், ஐரோப்பிய நாடுகள் முதலியவற்றில் காணும் செல்வங்கள் பெரும்பாலும் பாண்டிய நாட்டில் உள்ள பொருள்களே ஆகும்.[20]

பலமொழியினரும் ஒன்றாதல்

கடல் வாணிபத்தால் பல்வேறு மொழிகள் பேசும் மக்களும் காவிரிப்பூம் பட்டினத்தில் ஒன்றாக வாழ்ந்தார்கள். இதனை,

> "மொழிபல பெருகிய பழிதீர் தேஎத்துப்
> புலம்பெயர் மாக்கள் கலந்தினிது உறையும்
> முட்டாச் சிறப்பின் பட்டினம் பெறினும்"[21]

எனப் பட்டினப்பாலை கூறுகின்றது.

---

20 தமிழக வரலாறும் பண்பாடும், வே. தி. செல்வம் பக் 267- 277

21 பட்டினப்பாலை, வரிகள். 216 -218

நம் நாட்டிற்குள்ளும், அயல் நாட்டிற்குள்ளும் கலாச்சாரங்கள் ஒன்றாகக் கலந்தன. மக்களும் ஒற்றுமையாக வாழ்ந்ததுடன் வாணிபத்திலும் நேர்த்தியுடன் காணப்பட்டனர்.

பண்டையத் தமிழ் நாட்டின் பொருளாதார வளர்ச்சிக்குப் பெரிதும் உதவியாக இருந்தது மரக்கலங்கள் ஆகும். மனிதன் மரக்கலங்களைக் கண்டு பிடிக்காவிட்டால் பொருளாதாரம் வளர்ச்சி அடைந்திருக்க முடியாது.

கடலின் வேறு பெயர்கள்

பழந்தமிழ் மக்கள் கடலைத் தெய்வமாகக் கருதினர். கடலோடு அதிகமான தொடர்பு வைத்திருந்தனர். அதனால் கடலுக்குப் பல பெயர்கள் வைத்திருந்தனர். அவைகள் அத்தி, அம்போதி, அரி, அருணவம், அலை, அளக்கர், அம்பு, அம்பரம், அம்புராசி, ஆழி, ஆர்கலி, உவரி, உப்பு, உந்தி, ஓதம், கார், கோள், குரவை, சக்கரம், சவதி, சலராதி, சமுத்திரம், சாகரம், சிந்து, திரை, தெண்டிரை, நரலை, நீர், நேமி, நதிபதி, நீராழி, பரவை, புணரி, பரப்பு, பயோத்தி, பாராவாரம், பெருநீர், மகரால்யம், மகோத்தி, பௌவம், முன்னீர், வாரம், வாரிதி, வேலை, வேலாவலயம் முதலிய பெயர்கள் காணப்படுகின்றன. இன்றும் இவைகள் செய்யுள் வழக்கில் பாவலர்களால் பயன்படுத்தப்பட்டு வருகின்றன.[22]

இலக்கியங்களில் மரக்கலம் பற்றியவை

தொல்காப்பியம் இன்றைக்கு மூவாயிரம் ஆண்டுகளுக்கு முன்னர் தோன்றியதாகக் கூறப்படுகிறது. அந்தப் பெருநூலில் கடலில் பயணம் செய்த முறையைப் பற்றிக் கூறப்பட்டுள்ளது.

திருக்குறள்

திருவள்ளுவர் தன்னுடைய குறளில் பன்னூறு ஆண்டுகளுக்கு முன்பே தமிழகத்தில் பெரிய மரக்கலங்கள் இருந்தன எனக் கூறியுள்ளார். இதனை,

23 நம் நாட்டுக் கப்பற்கலை, ப. 87 - இராகவன்

"கடலோடா கால்வல் நெடுந்தேர் கடலோடும்
நாவாயும் ஓடா நிலத்து"[23]

எனத் திருக்குறள் எடுத்துரைக்கின்றது. ஆயினும் அவருடைய காலத்திற்கு முன்பாகவே பெரிய மரக்கலங்கள் இருந்ததாகக் கூறப்படுகிறது.

எட்டுத்தொகை

சங்க காலத்தில் வங்கம் என்பது புகழ்பெற்ற மரக்கலமாகத் திகழ்ந்தது. அம்மரக்கலத்தில் இரவில் பயணம் செய்யும் பொழுது விரைவாகச் செல்லுவதற்கு மீகான் என்பவன் இருந்தான். மீகான் என்பவன் " மாலுமி" ஆவான். இதனை.

"உலகு கிளர்ந்தன்ன வுருகெழு வங்கம்
புலவத் திரைப் பெருங்கட னீரிடைப் போழ
இரவும் எல்லையும் அசைவின்றாகி
விரை செலல் இயற்கை வங்கூழாட்டக்
கோடுயர் திணிமணல் அகன்றுறை நீ கான்"[24]

என அகநானூறு கூறுகின்றது.

பத்துப்பாட்டு

பண்டைய காலத்தில் வங்கம் எனும் மரக்கலமே தலைசிறந்ததாகத் திகழ்ந்தது. ஆயினும் வங்கத்தைப்போன்று விரைவாகச் செல்லும் மரக்கலங்களும் பல இருந்தன. அவைகள் மதுரை, வைகை, கண்ணி என்ற கப்பல்கள் ஆகும்.

பல்வேறு பண்டங்களை ஏற்றி வந்த வங்கம் எனும் கப்பலை மாங்குடி மருதனார் கூறியுள்ளார். இதனை,

"வாலிதை எடுத்து வளிதரு வங்கம்

....

அல்லங்காடி அழிதரு கம்பலை"[25]

என மதுரைக்காஞ்சி கூறுகின்றது.

23 திருக்குறள், 496
24 அகநானூறு, 255 வரிகள். 15
25 மதுரைக்காஞ்சி, வரிகள் 536 - 544

மேலும் வெள்ளை நிறமுடைய அரபுக் குதிரைகளையும் ஏற்றிக்கொண்டு நாவாய்கள் பல தமிழகத்திற்கு வந்தன. வெள்ளை உப்பிற்கு பண்டமாற்றாக வேண்டிய செந்நெல் ஓடங்களில் பொதி பொதியாக ஏற்றி அனுப்பி வைக்கப்பட்டது. இதனை,

> "..............................பாற்கேழ்
> வாலுளைப் புரவியொடு வடவளந் தரூஉம்
> நாவாய் சூழ்ந்த நளிநீர்ப் படப்பை"[26]

எனப் பெரும்பாணாற்றுப்படை கூறுகிறது.

பத்துப்பாட்டில் சங்க கால வணிகமுறைகளைப் பற்றிப் பல இடங்களில் கூறப்பட்டுள்ளது.

சிலப்பதிகாரம்

பூம்புகார் என்னும் காவிரிப்பூம்பட்டினத்தில் உள்நாட்டில் இருந்தும் கடல் வழியாகப் பிறநாடுகளில் இருந்தும் பல பண்டங்கள் கொண்டு வந்து சேர்க்கப்பட்டிருந்தன. இதனை,

> "கலத்தினும், காலினும் தருஞவனர் ஈட்டக்
> குலத்திற் குன்றாக் கொழுங்குடிச் செல்வர்"[27]

எனச் சிலப்பதிகாரம் கூறுகின்றது. சிலப்பதிகாரத்தில் கடல் வாணிபம் பற்றிய செய்திகளையும் அறியலாம்.

மணிமேகலை

மணிமேகலைக் காப்பியத்தில் ஆபுத்திரன் கடல் கொந்தளிப்பால் மணி பல்லவம் எனும் நாகத்தீவில் இறங்கினான். இறங்கிய பின்பு ஒரு நாள் தங்கிவிட்டு கடல் கொந்தளிப்பு நின்று விட்டது என மீகான் கூறிய பின்னர் வங்கம் எனும் மரக்கலத்தில் பயணம் செய்தான். இச்செய்தியின் மூலம் மணிமேகலை எனும் காப்பியக்காலத்திலும் மரங்கலங்கள் இருந்ததை அறியமுடிகிறது. இவ்வாறு இலக்கியங்களில் மரக்கலங்கள் வாணிபத்திற்குப் பயன்பட்டதை அறியலாம்.

---

26 பெரும்பாணாற்றுப்படை, வரிகள். 319 -321
27 சிலப்பதிகாரம், மனையறம் படுத்த காதை, வரிகள். 78

மரக்கலமும் - வாணிபமும்

தமிழர் மரக்கலங்களின் உதவியால் அயல்நாட்டு மக்கள் பலருடனும் வாணிபம் செய்தனர்.

தமிழர் வாணிபம் செய்த நாடுகள்

சங்க கால மக்கள் எகிப்து, அரபுநாடு, போன்றவைகளுடனும், கீழ்த்திசை நாடுகளான மலாய், சிங்கப்பூர், கடாரம், சாவகம், தாய்லாந்து, சம்பா, இலங்கை, சீனா, கம்போடியா, பர்மா, யவனம் போன்ற நாடுகளுடனும் வாணிபம் செய்தனர்.

எகிப்திய வாணிபம்

தமிழகத்திற்கும் எகிப்திற்கும் உள்ள தொடர்பு 4000 ஆண்டுகள் பழமையானது ஆகும். இதனைப் புதைபொருள் ஆராய்ச்சியாளர்கள் மூலமாக அறியமுடிகின்றது. எகிப்தியர்கள் தமிழகத்தில் உள்ள விளைபொருட்கள் பலவற்றைப் பெற்றிருக்கின்றனர்.

எகிப்து நாட்டில் இருந்து இறக்குமதியான பல பொருட்கள் சோழநாட்டில் ஏராளமாக விற்பனையாயின. பாண்டிய நாட்டில் இருந்து எகிப்திற்கு யானைத் தந்தம், பொன், முத்து, பவளம், ஏலம், கிராம்பு, சாதிக்காய், சந்தனக்கட்டை, குரங்கு போன்றவைகள் ஏற்றுமதி ஆகியுள்ளன. இதனை,

"வேறுபல் நாட்டுக் கால்தர வந்த,
பலவினை நாவாய் தோன்றும் பெருந்துறை"[28]

என நற்றிணை கூறுகின்றது.

தமிழ் மக்கள் நந்தியை வழிபடுவது போன்று பழங்காலத்தில் எகிப்தியர்கள் தங்கத்தால் ஆன நந்தியை வழிபட்டனர். எகிப்தியர்களின் கோயில்களும், வணங்கும் முறைகளும், ஆடல் பாடல்களும் தமிழ் முறையை ஒத்து இருந்தது. இராவணனின் கதை எகிப்திய மன்னன் பார்போன் என்பவனின் கதையை ஒத்து இருப்பதாக பைபிளில் கூறப்பட்டுள்ளது.[29]

28 நற்றிணை, 295 வரிகள். 56
29 நம் நாட்டுக் கப்பற் கலை, ப.137

அரபு நாட்டு வாணிகம்

தமிழர்களும், அரபியர்களும் ஒருவருக்கொருவர் கடல் வாணிபம் செய்தனர். அரபியர்களில் சில ஆண்கள் கி.பி. 9ஆம் நூற்றாண்டில் இங்கு தங்கிவிட்டனர். இவர்கள் நெய்தல் நிலப் பெண்களை மணமுடித்து வாழ்ந்தனர்

தமிழ் மக்களின் உபசரிக்கும் பண்பும், மன்னர்களின் அரவணைப்பும், நம் நாட்டு பருவ நிலையும் அவர்களுக்குப் பிடித்திருந்ததால் அவர்கள் தமிழகத்தைத் தாயகமாகக் கொண்டு வாழ்ந்தனர். தமிழர்கள் அரபியர்களை 'துலுக்கர்' என்றும், 'சோனகர்' என்றும் அழைத்தனர். இப்பெயர் இன்றைக்கும் மக்களிடம் நிலவி வருகிறது.

தமிழர்கள் அரேபியக் குதிரைகளை உடனே வாங்கி விடுவர். அதற்கு மாறாக அரபியர்கள் மிளகு, ஏலம், கிராம்பு, வைடூரியம், மெல்லிய ஆடைகள், பட்டுத்துணிகள் முதலியவற்றைப் பெற்றுக் கொண்டனர். தமிழ் நாட்டில் இருந்து வாங்கிய பொருள்களை அலக்சாந்திரியா, பசரா, மோசல், பாக்தாத், சின்ஆசியா முதலிய இடங்களில் விற்று நல்ல இலாபத்தை அடைந்தனர்.[30]

கீழை நாடுகள்

தமிழர்கள் மேற்கு நாடுகளில் வாணிபம் செய்ததுடன் கீழை நாடுகளுடனும் வாணிபம் செய்து வந்தனர். அவை மலேயா, சிங்கப்பூர், சாவகம், பாலித்தீவு, தாய்லாந்து, சம்பா, இலங்கை, சீனம், கம்போடியா, போர்னியா, பர்மா, யவனம் போன்ற நாடுகள் ஆகும்.

மலைய வாணிபம் (மலேயா)

தமிழர்கள் மலேயா நாட்டுடன் வாணிகம் செய்தனர். அவர்களைப் போன்று ஆந்திரர்கள், கலிங்கர், வங்கர் முதலியவர்களும் இரண்டாயிரம் ஆண்டுகளுக்கு முன்பாகவே வாணிபத் தொடர்பு வைத்துள்ளனர். மலேயா நாட்டின்

30 நம் நாட்டுக் கப்பற் கலை, அ இராகவன், பக். 139

வரலாற்றிலும், கலைகளிலும் வணிகத்துறைகளிலும் பெரும்பங்காற்றி இருந்தது. அதற்குத் தமிழ்ச் சொற்கள் பல மலாயில் பேசப்படுவதே சான்று ஆகும்.

சிங்கப்பூர் வாணிபம்

சிங்கப்பூருடன் தமிழர்கள் வாணிபத் தொடர்பு கொண்டுள்ளனர். அக்காலத்தில் சிங்கப்பூர் முக்கியம் இல்லாத தீவாகக் காணப்பட்டது. அவர்கள் வாணிபம் மட்டுமன்றி பயிர்த் தொழில், கட்டிடத்தொழில் போன்றவற்றில் சிறந்து விளங்கினர். ஆயினும் வரலாற்று ஆசிரியர்கள் சிங்கப்பூர் பற்றி பெரிதாகக் கூறவில்லை.

கடார வாணிபம்

கடார நாடு கழகம் என்று தமிழ் இலக்கியங்களில் கூறப்பட்டுள்ளது. கடாரத்தில் அழகான துறைமுகங்கள் இருந்தன. வாணிபம் செய்பவர்கள் தங்குவதற்கு இருக்கைகள் பல இருந்தன. கடாரத்தில் தமிழக வணிகர்கள் அதிக காலம் வாழ்ந்திருந்தார்கள். தமிழகத்திற்கும், கடாரத்திற்கும் சங்க காலத்தில் வாணிபம் சிறப்பாக நடைபெற்றதை அறியமுடிகிறது.

சாவக வாணிபம்

சாவகத்திலும் தமிழர்கள் வாணிபம் செய்து வந்தனர். அவைகள் மட்டுமல்லாது அரசியல் தொடர்பும் கொண்டிருந்தனர். ஆயிரம் ஆண்டுகளுக்கு முன்பாகவே வாணிபம் செய்வதற்காகத் தமிழர்கள் அங்கு சென்று குடியேறி இருந்தனர். நம் நாட்டுக் கலைகள், சமயம் முதலியவையும் அங்கு பரவியது. சாவக நாட்டு ஊர்ப் பெயர்களில் தமிழ்ப் பெயர்கள் அதிகம் காணப்பட்டது. நம் நாட்டில் உள்ள பொம்மலாட்டம், நாட்டியம் போன்றவைகள் சாவகத்திலும் காணப்படுகிறது. தமிழர்களிடம் உள்ள சிற்பக் கலையைச் சாவகர்கள் மிகவும் விரும்பினர்.

தாய்லாந்து வாணிபம்

தாய்லாந்து 'சயாம்' என்றும் 'சீயம்' என்றும் கூறப்பட்டது. ஆயினும் அங்குள்ள மக்கள் தாய்லாந்து என்று கூறுவதையே பெரிதும் விரும்பினார்கள்.

உதாரணமாக சமீபத்தில் தாய்லாந்தில் பாண்டுங் என்னும் இடத்தில் வால் விளக்கு ஒன்று கண்டுபிடிக்கப்பட்டது. தாய்லாந்துக் கோயில்களில் தேவாரப் பாடல்களும், திருப்பாவை, திருவெம்பாவை போன்ற பாடல்களும் பாடப்பட்டன.

தமிழ்நாட்டில் பொங்கல் விழா கொண்டாடப்படுவது போல் தாய்லாந்திலும் கொண்டாடப்படுகின்றது.

தாய்லாந்திற்குச் சென்ற ஆண்கள், பெண்களை உடன் அழைத்துச் செல்வதில்லை. அங்குள்ள பெண்களையே திருமணம் செய்து கொண்டனர். அங்குள்ள மக்கள் அரிசி உணவு உண்ணுவார்கள். தாய்லாந்தில் இன்றும் இந்தியப் பண்பாடு சிறப்புற்றுக் காணப்படுகிறது.

இவற்றிற்கெல்லாம் முக்கியமானக் காரணம் கடல் வாணிபமே ஆகும்.

சம்பா வாணிபம்

சம்பாவில் ஆண்டுதோறும் ஆயிரக்கணக்கான மக்கள் சென்று குடியேறினார்கள். இவர்கள் முதலில் வாணிபத்திற்காகச் சென்றவர்களாவர்.

சம்பா நாட்டு மக்கள் தங்களுடைய சடங்குகளில் சந்தனத்தைப் பயன்படுத்தி இருந்தனர். தமிழ் மக்களைப் போல தங்களுடைய மத நூல்களையும், பிற இலக்கியங்களையும் பனை ஓலைகளில் எழுதி உள்ளனர். சோழர் தலைநகராகிய காவிரிப்பூம்பட்டினத்திற்குச் சம்பாபதி என்ற பெயர் இருந்தது. மேலும் அங்கு சம்பாபதி என்ற தெய்வமும் இருந்திருக்கிறது. இதன் மூலம் அப்பெயர் எழுந்திருக்கலாம் என்றும் கூறப்படுகிறது.

இலங்கை வாணிபம்

இலங்கை முற்காலத்தில் இந்தியாவுடன் இணைந்திருந்த ஒரு பகுதி ஆகும். சோழநாட்டின் கடற்கரையிலுள்ள வேதாரணியத்திற்கும் இலங்கையில் உள்ள யாழ்ப்பாணத் துறையான வல்வெட்டிக்கும் இடையே 40 மைல் தூரமே இருந்தது.

தமிழ் நாட்டு மன்னர்களான மூவேந்தர்களின் காசுகள் இலங்கையில் பதினாயிரக் கணக்கானவை கண்டெடுக்கப்பட்டுள்ளன. இலங்கை மக்கள் தமிழகத்துடன் *3000* ஆண்டுகளுக்கு முன்பே கடல் வாணிபம் செய்துள்ளனர். இலங்கையில் இருந்து நல்ல மணிகள், பழங்கள், உணவுப் பொருட்கள் முதலியவை தமிழ்நாட்டிற்கு வந்திருக்கின்றன. இதனால் இலங்கைக்கும் தமிழகத்திற்கும் வாணிபத் தொடர்பு மேலோங்கி இருந்திருக்கிறது என அறியலாம்.

சீன வாணிபம்

சீனம் இந்தியாவின் அண்டை நாடு ஆகும். ஆயினும் இவற்றின் குறுக்கே இமயமலை உள்ளதால் அது நமக்கு ஓர் கோட்டையாகவே திகழ்கிறது. சீனக் கப்பல்கள் துறைமுகத்தில் இருந்து புறப்பட்டால் இந்தியத் துறைமுகத்தை வந்து அடைய மூன்று மாதங்கள் ஆகிவிடும். சீனர்கள் தங்களிடம் உள்ள விலை உயர்ந்த பட்டாடைகள், சித்திர வேலைப்பாடு உடைய மண் கோப்பைகள் முதலியவற்றை ஏற்றிக்கொண்டு தாய்லாந்து, மலேயா, சுமத்திரா போன்ற நாடுகளில் உள்ள ஈயம், செம்பு, பவளம், ஆமையோடு, தந்தம், சந்தனக்கட்டை, மரப்பிசின் முதலியவற்றை ஏற்றிக் கொண்டு வந்தனர். அவற்றை நாகப்பட்டினம், மாமல்லபுரம், கொல்லம், கோழிக்கோடு, மங்களூர் முதலிய துறைமுகங்களில் விற்றனர்.

பாண்டிய நாட்டில் இருந்து சீனாவிற்கு ஏற்றுமதி செய்யப்பட்ட பொருட்கள் மிளகும், முத்தும் ஆகும். சேரநாட்டில் இருந்து நீலம், ஏலம், பாக்கு, தேக்கு, பல விதைகள் முதலியவைகளும் ஏற்றுமதி செய்யப்பட்டன.

அகழ்வாராய்ச்சி மூலம் கிடைத்த பல சீன நாணயங்கள் சென்னையில் தொல்பொருள் ஆராய்ச்சியகத்தில் வைக்கப்பட்டுள்ளன. இதனால் சீனாவுக்கும் தமிழகத்திற்கும் இருந்த வாணிகத் தொடர்பு நிரூபிக்கப்படுகிறது.

கம்போடியா வாணிபம்

கம்போடியாவில் உள்ள சிவன், திருமால், பிள்ளையார் உருவங்களைக் காணும் பொழுது தமிழகத்தில் உள்ள

கோயில்களைப் பார்த்தது போலவே தோன்றும். கம்போடியாவில் தமிழர்கள் தங்களுடைய சொந்த ஊரில் வாழ்வதைப் போன்ற உணர்வுடன் வாழ்ந்திருக்கின்றனர். தமிழகக் கலைகளில் கம்போடியா மக்களுக்கும் ஆர்வம் இருந்தது. வாணிபத்தை மூலக்காரணமாகக் கொண்டே தமிழர்களுக்கும், கம்போடியருக்கும் தொடர்பு ஏற்பட்டிருப்பதை உணரமுடிகிறது.

பர்மா வாணிபம்

பர்மாவோடு கி. பி. முதல் நூற்றாண்டில் வாணிபம் செய்துள்ளனர். பாண்டிய நாட்டு மக்களும் பர்மாவோடு கடல் வாணிபம் செய்துள்ளனர். பர்மாவில் உள்ள கோயில்களும் சிலைகளும் தென்னிந்திய முறையைப் பின்பற்றியே அமைந்துள்ளது.

தமிழர்கள், தெலுங்கர்கள், கன்னடர்கள், கேரளர்கள் முதலியோர் பர்மாவுடன் கடல் வாணிபம் செய்துள்ளனர். இங்கு யாழ் எனும் இசைக்கருவி கண்டெடுக்கப்பட்டுள்ளது. அது சந்திரகுப்தன் கையில் உள்ள யாழை ஒத்து இருந்தது. இவைகளுக்கு ஆணிவேராக விளங்குவது கடல் வாணிபமே ஆகும்.

யவன வாணிபம்

உரோமம், எபிரேயர்கள் போன்ற அயல் நாட்டினரே கிரேக்கர் என்று அழைக்கப்பட்டனர்.

கிறிஸ்து உலகில் தோன்றுவதற்கு முன்பே பாண்டிய மன்னன் தன்னுடைய அரச தூதுவன் ஒருவனிடம் உரோம நாட்டின் சக்ரவர்த்தி அகஸ்டசுக்கு பரிசுகள் அனுப்பி நட்புறவை ஏற்படுத்தி அதன் மூலம் வாணிபம் நடைபெற்றதாகக் கூறப்படுகிறது.

காவிரிப்பூம்பட்டினத்தில் யவனர்கள் வாழ்ந்த தெருக்கள் இருந்தன. பாண்டிய நாட்டு மன்னனின் அந்தப்புரத்தில் அழகிய உரோம நாட்டுப் பெண்கள் மெய்க்காப்பாளர்களாகப் பணிபுரிந்தனர். மதுரையிலும், கொற்கையிலும் ஏராளமான யவனர்கள் குடியேறினார்கள். யவனர்கள் மிளகு, முத்து, மெல்லிய ஆடைகள், ஆரம், எண்ணெய் முதலியவற்றை வாங்கிக் கொண்டு சென்றனர்.

தமிழ் நாட்டின் கலைகளையும், அரிசி, கருவாய்ப்பட்டை, இஞ்சி, திப்பிலி போன்ற பெயர்களை ஓரிசி, கற்பியனு, ஜிஞ்சி, பெபரி என்று சிறிது மாற்றி அழைத்தார்கள்

அரிக்கமேட்டில் நடந்த அகழ்வாராய்ச்சியில் பல யவன நாட்டுக் காசுகள் கிடைத்துள்ளன. இவைகள் அந்நாளைய வாணிபத்திற்கு ஒரு எடுத்துக்காட்டாகும். இதனை,

'யவனர் நன்கலந்தந்த தண்கமழ் தேறல்'[31]

என புறநானூறு கூறுகின்றது.

உரோம நாட்டு வாணிப முறையை எட்டுத்தொகை நூல்களும் உரைக்கின்றன. மேலும்

"யவனர் இயற்றிய வினைமாண் பாவை
கைஏந்தும் அகல்நிறைய நெய்சொரிந்து"[32]

என நெடுநல்வாடை கூறுகின்றது.

இவ்விளக்குகள் பார்ப்பதற்கு அன்னப் பறவையைப் போன்று காட்சியளித்தது.

யவனர்கள் குதிரை வீரர்களாகவும், மடித்து உடுத்திய செறிவுமிக்க மேலுடையுடன், அஞ்சத்தகுந்த தோற்றம் கொண்டவர்களாகவும், அரண்மனை மெய்க்காப்பாளராகவும் தமிழ்நாட்டில் நிலைத்து வாழ்ந்தனர். இதனை,

"மத்திகை வளை இய மறிந்து வீங்கு செறிவு உடை
மெய்ப்பை புக்க வெருவரும் தோற்றத்து
வலிபுணர் யாக்கை வன்கண் யவனர்
புலித்தொடர் விட்ட புனைமாண் நல்இல்"[33]

என முல்லைப்பாட்டு கூறுகின்றது.

யவனர்களின் வணிக முறையையும் அவர்கள் தமிழகத்தில் பல பணிகள் புரிந்தமையும் முல்லைப்பாட்டு தெரிவிக்கின்றது.

---

31 புறநானூறு, 56 வரி. 18
32 நெடுநல்வாடை, வரிகள். 101-102
33 முல்லைப்பாட்டு, வரிகள். 59 - 62

பொருளாதார வளர்ச்சிக்கு வித்திட்டவைகள்

தமிழர்கள் சங்க காலத்தில் வேறு எங்கும் பெறமுடியாத மூன்று பொருள்களைத் தங்களிடம் வைத்திருந்தனர். அவைகள்

1) முத்து
2) மிளகு
3) கடல் வண்ணக்கல்

போன்றவைகள் ஆகும். இவைகள் சங்க காலத்தில் பொருளாதார வளர்ச்சிக்கு உதவியாக இருந்தன. வெளிநாட்டார் இதனை அதிக விலைகொடுத்து வாங்கினார்கள். ஏனெனில் அவர்களுடைய நாட்டில் இப்பொருள்கள் கிடைக்கவில்லை. பாரத நாட்டைத் தவிர வேறு எங்கும் முத்து, மிளகு, கடல் வண்ணக்கல் போன்றவை அதிகமாக உற்பத்தியாகவில்லை. இது ஒரு சிறப்பம்சமாக சங்க கால மக்களால் கருதப்பட்டது.

முத்துவாணிபம்

கொற்கையில் ஏராளமான முத்துக்கள் கிடைத்தன. கொற்கை பாண்டிய நாட்டில் அமைந்துள்ளது. உரோமர்களுக்கு முத்துக்கள் என்றால் அளவு கடந்த ஆசை ஆகும். எனவே உரோம நாட்டு வணிகர்களை அனுப்பி முத்துக்களை வாங்கிவரச் செய்து அதற்கு பொற்காசுகளைக் கொடுத்தனர்.

பாண்டிய நாட்டு முத்துக்கள் உரோம நாட்டுப் பெண்களை மிகவும் கவர்ந்தது. அப்பெண்கள் உடம்பு முழுவதையும் முத்துக்களால் அலங்கரித்தனர். பட்டாடைகளின் விளிம்புகளை கொற்கை முத்துக்களால் தைத்துக்கொண்டார்கள். காலில் அணியும் செருப்புகளின் வார்களிலும் முத்துக்களை வைத்துக் கொண்டனர்.

உரோம நாட்டுப் பெண்கள் விரும்பி அணிந்த முத்தால் வடிவமைக்கப்பட்ட பட்டாடைகள் இன்றைய காலத்தில் தமிழகத்தில் நடைமுறையில் உள்ளது.[34]

34 நம் நாட்டுக் கப்பற்கலை, அ. இராகவன், ப. 172

தமிழகத்தின் வாணிப வளர்ச்சி

தமிழகமும் வட இந்தியாவும் வாணிபத்தில் சிறந்து விளங்கின. வட இந்தியாவைவிடத் தென்னிந்தியா தான் விலை உயர்ந்த பண்டங்களை அதிகம் ஏற்ம ஏற்றுமதி செய்தது. தமிழகத்தின் தென் பகுதியிலிருந்து முத்து, விலை உயர்ந்த மணிகள், மெல்லிய ஆடைகள், நறுமணம் தரும் சந்தனம் போன்றவைகள் ஏற்றுமதி ஆயின. இதனை கௌடில்யர் மட்டுமல்லாது வின்சென்ட ஸிமித் என்ற ஆங்கில வரலாற்று அறிஞரும் குறிப்பிட்டுள்ளார்கள்.[35]

இன்றையக் கப்பல்களின் மறுமலர்ச்சி

"வெள்ளிப் பனிமலையின் மீதுலாவுவோம் - அடி
மேலைக் கடல் முழுதும் கப்பல் விடுவோம்
முத்துக் குளிப்பதொரு தென்கடலிலே
மொய்த்து வணிகர் பலநாட்டினர் வந்தேன
நத்தி நமக்கினிய பொருள் கொணர்ந்தே
நம்மருள் வேண்டுவது மேற் கரையிலே

....

நடையும் பறப்புமுணர் வண்டிகள் செய்வோம்
ஞாலம் நடுங்கவரும் கப்பல்கள் செய்வோம்"

மகாகவி பாரதியார்

பாரதியாரின் கூற்றுக்கிணங்க அடிபட்டுக் கிடந்த நம் இந்தியா இன்று பொருளாதார வளர்ச்சியில் மேலோங்கி வருகிறது. கப்பல்கள் கட்டும் துறையில் சிறப்பான முன்னேற்றம் கண்டுள்ளது. கப்பல்களுக்கும் நம் நாட்டின் பொருளாதார வளர்ச்சிக்கும் நெருக்கமான தொடர்பு பழங்காலத்திலிருந்தே காணப்படுகின்றது.

சங்க கால நாணயங்கள்

பொன், வெள்ளி, செம்பு போன்றவற்றால் ஆன காசுகள் சங்க காலத்தில் காணப்பட்டன. அக்காசுகள் பார்ப்பதற்கு நெல்லிக்காயின் வடிவம் போல உருண்டு சிறிது தட்டையாகக் காணப்பட்டது. மேலும் உகாமரத்தின் பழம் போல மஞ்சள் நிறமான பொற்காசுகள் காணப்பட்டன.

35 மேலது, ப. 173

காவிரிப்பூம்பட்டினத்துக் காரிக் கண்ணனார் என்பவர் பொற்காசுகளை மாலையாகக் கட்டி அரையைச் சுற்றி அணிந்திருந்தார். இதனை,

"ஆசில் கம்மியன் மாசறப் புனைந்த
பொலஞ் செய் பல்காசு அணிந்த அல்குல்"[36]

எனப் புறநானூறு கூறுகின்றது.

அக்கால நாணயங்களுக்கு எடுத்துக்காட்டாக இப்பாடல்கள் கூறப்பட்டுள்ளன.

பட்டினப்பாலை பாடிய கடியலூர் உருத்திரங்கண்ணனாருக்குச் சோழன் கரிகாலன் 100 ஆயிரம் காணம் (பொன்) பரிசு வழங்கியுள்ளான். ஒரு காணம் என்பது 400 மி.லி. கிராம் எடையுள்ள பொற்காசைக் குறிப்பதாகும். சங்க கால மக்கள் பொன்னால் ஆனவற்றை விரும்பினார்கள். எனவே அவர்களுக்கு விருப்பமானவற்றை பொன்னில் செய்தனர். பொருளாதாரத்தில் சிறந்து விளங்கி காணப்பட்டதற்கு இது தக்கச் சான்றாக அமைகிறது.

தமிழகத்தில் காசுகள் அழியக் காரணம்

மன்னர்கள் புலவர்களுக்கும், வீரர்களுக்கும், இரவலர்களுக்கும் பொற்காசுகளை வாரி வாரி வழங்கினர். பழங்காலத்தில் பெண்களும் நகைகளை விரும்பி அணிந்தனர். பொற்காசுகள், பொன்வட்டில்கள் முதலியவற்றை இல்லங்களில் வைத்திருந்தனர். இறைவனின் திருவுருவச் சிலைகளிலும், கோயில் கலசங்களிலும் பொன்னைப் பயன்படுத்தினார்கள்

சங்க கால மக்கள் பொற்காசுகளைக் மண்ணைத் தோண்டி பூமிக்கு அடியில் புதைத்து மறைத்து வைத்திருந்தனர். போரின் பொழுது ஒரு நாட்டை இன்னொரு நாட்டினர் சூறையாடினர். கடற்கரை நகரங்கள் கடல் கொந்தளிப்பால் அழிந்து போயின. இவ்வாறு காசுகள் பல அழிந்திருப்பதை உணரமுடிகிறது. மன்னனும், மக்களும் பொற்காசுகளைப்

36 புறநானூறு, 353 வரிகள். 12

பாதுகாக்க வேண்டும் என்ற எண்ணம் இல்லாமல் இருந்தனர்.

பொற்காசுகள் அழிந்த பிறகு முத்துக்களே தலைசிறந்து விளங்கியது. மக்களிடையே வரலாற்று உணர்வு இல்லாமல் பொற்காசுகளை உருக்கி அழித்திடும் மனப்பான்மையும் காணப்பட்டது.[37]

❖❖❖

37 பண்டைத் தமிழர் வாழ்வியல், க. இராசமாணிக்கம், ப. 181

8. நம்பிக்கைகளும் விளையாட்டுகளும்

முன்னுரை

இரண்டாயிரம் ஆண்டுகளுக்கு முன்பாகவே சங்க காலம் முதற்கொண்டு மக்கள் கடைப்பிடித்து வரும் சில ஒழுகலாறுகளை நம்பிக்கை எனலாம். இன்றையச் சமுதாய மக்களும் அதனை அவ்வாறே பின்தொடர்கின்றனர். ஒரு தலைமுறையில் இருந்து மற்றொரு தலைமுறைக்கு காலம் காலமாக இவை பரவிக் கொண்டே வருகிறது. இவை வாழ்வியல் பொருளாதாரமாக அமைந்துள்ளது.

விளையாட்டுக்கள் என்பது மனிதனின் பொழுதுபோக்கு நிகழ்ச்சி ஆகும். சிறியவர்கள் முதல் பெரியவர்கள் வரை விளையாட்டில் ஈடுபடுகின்றனர். சிறுவர், சிறுமியர், ஆடவர், பெண்டிர், பெரியவர்கள் என அனைவருமே விளையாட்டில் நேரத்தைச் செலவிட்டனர். ஆடவர்கள் தங்கள் தொழில் செய்த களைப்புத் தெரியாமல் இருப்பதற்காக விளையாடினர். விளையாட்டும் மக்களின் பண்பாட்டினைப் பிரதிபலிப்பதாகவே அமைந்தது.

நம்பிக்கைகளும், விளையாட்டுக்களும் என்ற பகுதியில் முதலாவது நம்பிக்கையைப் பற்றிக் காண்போம்.

நம்பிக்கை

நம்பிக்கை என்பது மக்களால் உருவாக்கப்பட்டது ஆகும். அவை வழக்கில் அதிகமாகவும் இலக்கியங்களில் குறைவாகவும் காணப்படுகின்றன. இலக்கியங்களில் கூறியுள்ள நம்பிக்கைகள் அக்காலத்தில் முக்கியமாகக் குறிப்பிடத்தக்க முறையில் அமைந்தன எனலாம். சிந்தனைத் திறன் குறைந்த சமுதாயத்தில் மூட நம்பிக்கைகள் அதிகமாகக் காணப்பட்டன. சிந்தனைத்திறன் மிக்க சமுதாயத்தில் மூட நம்பிக்கைகள் குறைவாகக் காணப்பட்டன.

நம்பிக்கைகளுக்கான காரணங்கள்

மனிதன், தீய செயல்கள் நடப்பதை விரும்பமாட்டான். எப்பொழுதும் நன்மையே நடக்கவேண்டும் என்று எண்ணுபவன் ஆவான். தன்னுடைய செயல்களில் வெற்றி கிடைக்கவேண்டும் என்பதற்காக நிமித்தங்களையும் நிமித்தக் கூறுகளையும் கற்பித்து நம்பிக்கைகளை உருவாக்கிக் கொள்கிறான். மனிதன் இயற்கையின் பாதிப்புக்கு அதிகமாக உட்பட்டிருந்த நேரத்தில் அறிவு வளர்ச்சியின் தொடக்கக்காலத்தில் நம்பிக்கைகள் தோன்றியிருக்கக் கூடும். இன்றைய நாகரிக மனிதனிடம் காணப்படுகின்ற பல நம்பிக்கைகள், பழங்குடி மக்களிடையிலும் காணப்படுகின்றன. இதனை நோக்கும் பொழுது நாகரிகம் அற்ற மக்களிடையே முதலில் நம்பிக்கைகள் தோன்றியிருக்கக் கூடும் என உணரமுடிகிறது.

உளவியலாரின் கருத்து

ஒரு சமுதாயத்தின் நம்பிக்கை மற்றொரு சமுதாயத்தின் நோக்கில் மூட நம்பிக்கையாக இருக்கலாம். இதுபோல் ஒரு சமுதாயத்தின் மூடநம்பிக்கை மற்றொரு சமுதாயத்தின் நம்பிக்கையாகவும் திகழலாம். அறிவு வளர்ச்சி தோன்றிய இக்காலத்தில் பெரும்பான்மையான நம்பிக்கைகள் மூடநம்பிக்கைகளாகக் கருதப்படுகிறது. அன்றைய காலத்தில் மூடநம்பிக்கைகளாகக் கருதப்பட்டவை இன்றைய அறிவியல் ஆய்வில் நம்பிக்கைகளாகவும் மாறியுள்ளது என்று டாக்டர் க. கைலாசபதி அவர்கள் கூறியுள்ளார். மேலும் நம்பிக்கைக்குக் காரணம் காணுதல் இலகுவன்று என்ற கருத்தையும் கூறியுள்ளார்.[1]

மூடநம்பிக்கைகள்

மூடநம்பிக்கை என்பது அறியாமையினை வெளிப்படுத்துவது ஆகும். மக்கள் வாழ்கின்ற சமுதாயத்தில் அறிவு வளர்ச்சிக்குப் பொருந்தாத பொருளற்ற நம்பிக்கைகளையும், சடங்குகளையும் மூடநம்பிக்கைகள் எனலாம். மேலும் பகுத்தறிவு அற்ற செயல்கள்

1 பண்டைத் தமிழர் வாழ்வும் வழிபாடும், டாக்டர் க.கைலாசபதி, ப. 44

மூடநம்பிக்கைகளை உணர்த்துபவை ஆகும். ஒருவனிடம் இதுதான் மூடநம்பிக்கை என்று கூறமுடியாது. அவனது அறிவு வளர்ச்சிக்கு ஏற்ப மாறுவது ஆகும்[2]

நிமித்தங்கள்

நிமித்தங்கள் என்பதை சகுனம் என்று கூறலாம். நிமித்தங்கள் நம்பிக்கைகளுக்கு முக்கியமானவையாகும். மனிதன் ஆற்றலுடன் செய்யும் செயல்களுக்கும், இயற்கையின் செயல்களுக்கும் ஒரு தொடர்பாக அமைவது நிமித்தக்கூறுகள் ஆகும். நிமித்தங்கள் நன்மையையும் தீமையையும் வெளிப் படுத்துகின்றன.

சொல்லும் பொருளும்

நிமித்தம் என்ற சொல்லிற்குக் காரணம், நிமித்தம், சகுனம், அடையாளம், பொருட்டு எனப் பல பெயர்கள் அமைந்துள்ளன. இன்று நடைமுறை வழக்கில் காரணம், பொருட்டு ஆகிய பொருள் நிலைகளில் பேச்சு வழக்கில் வருகிறது.

'புள்' என்ற சொல் சங்ககாலத்தில் நிமித்தங்களைக் குறிப்பிடுவதாகும். புள் என்பது பறவை இனங்களைக் கூறுவது ஆகும். அதனால் பறவை இனங்களையே முதலில் நிமித்தக் கூறுகளாகக் கொண்டனர் என அறியலாம்.[3]

நிமித்திகர்கள்

சங்க காலத்தில் நிமித்தங்களை அறிந்து உணர்த்தும் நிமித்திகர் இருந்தனர். அவர்கள் காலங்களையும் கணித்து உணர்த்துவதால் 'கணிகர்' என்றும் அழைக்கப்பட்டனர்.

நிமித்தக்குறிகள் பற்றிய ஐந்து நிலைகள்

நிமித்தக்குறிகள் பெரும்பாலும் கீழ்க்காணும் ஐந்து நிலைகளில் வெளிப்படுவதாக ஆங்கிலக் கலைக்களஞ்சியம் கூறுகிறது.

---

2 Annals of Oriented Research Vo. XXIII; Page 14.

3 Sakuna has its first meaning bird(APte) (F.N.) Instrument And Purpose; Carl Gustav Diehl, Page. 215.

1) வானத்தில் ஏற்படும் மாற்றங்களான இடி, மின்னல், விண்மீன்கள் இவைகளால் வெளிப்படுதல்

2) பறவை நிமித்தங்கள் அவை பெரும்பாலும் பறவைப் பறக்கும் திசைகள் மற்றும் அவற்றின் ஒலிகளின் அடிப்படையில் நிச்சயித்தல்

3) மிருகங்கள் மற்றும் வாலுள்ள ஊர்வனவற்றின் ஓசைகளிலிருந்து நன்மை, தீமைகளை நிச்சயித்தல்

4) இயற்கைக்கு மாறுபட்ட செயல்கள் நிகழ்தல். அவை பெரும்பாலும் ஊறு விளைவிக்கக் கூடிய அறிகுறியாகத் தென்படுதல்

5) பறவைகளுக்குத் தீனிபோடும் நிலையில் அவை தீனியைப் பெறும் தன்மை கொண்டு நன்மை, தீமைகளை நிச்சயித்தல்

நல்லநேரம் பார்த்தல்

எந்த ஒரு செயலைத் தொடங்குவதற்கு முன்னரும் நல்லநேரம் பார்த்துத் தொடங்கும் பண்பு பண்டைய மக்களிடம் காணப்பட்டது. அன்றைய காலங்களில் பயன்பட்டதைவிட இன்றைய காலங்களில் நல்ல நேரம் பார்க்கும் பண்பு அதிகரித்து வருகின்றது.

தொலைக்காட்சிகளில் காலை நேரங்களில் ராசி பலன் நிகழ்ச்சி நடைபெறுவதை இதற்குச் சான்றாகக் கூறலாம்.

தொல்காப்பியர் காலத்தில் தோன்றிய நிமித்தக்கூறுகள் இன்றைய நடைமுறை வாழ்க்கையிலும் பயன்படுத்தப்பட்டு வருகின்றது. இதனை,

"அச்சமும், உவகையும் எச்சம் இன்றி
நாளும் புள்ளும் பிறவற்றின் நிமித்தமும்"[4]

எனத் தொல்காப்பியம் கூறுகின்றது.

4 தொல்காப்பியம், பொருளதிகாரம், நூற்பா. 38 வரிகள் 16-17

நிமித்தங்களின் வகைகள்

1) நன்னிமித்தம்

2) தீ நிமித்தம்

என இருவகைப்படும்

நன்னிமித்தம்

நன்மையை உணர்த்துபவைகளாக கருவிகளாகப் பல்லி, காக்கை, காரிப்புள், மாந்தர் உறுப்புகளில் சிலவற்றையும், வானத்து விண்மீன், குழலோசை போன்றவைகளைக் குறிப்பிடப்பட்டுள்ளது. இதனைச் சங்க இலக்கியங்கள் மூலம் அறியலாம்.

பல்லி

பல்லி நன்னிமித்தத்தைக் கூறும் காரணியாகச் சங்க காலத்தில் காணப்பட்டது. பல்லி வெப்பம் மிகுதியான நாடுகளில் வசிப்பது ஆகும். அக்காலத்தில் பல்லிகளில் ஏறக்குறைய 300 இனங்கள் காணப்பட்டன. இந்தியாவிலும் கிழக்குப் பிரதேசங்களிலும் அதிகமாகப் பல்லி வாழ்வதாகக் கூறப்படுகிறது.[5]

பல்லி மனிதனது இருப்பிடத்தை ஒட்டியே வாழ்ந்தது. அவற்றின் ஒலி எழுப்பும் திறன் மனிதனுக்கு நிமித்தக் காரணியாக உதவின. பல்லியை இனியவை கூறும் பல்லி, நிகழ்வதைக் கூறும் பல்லி, முதுவாய்ப்பல்லி என சங்கப் பாடல்கள் கூறுகின்றன. இதனை,

"உயர்புகழ் நல்இல் ஒண்சுவர்ப் பொருந்தி
நயவரு குரல் பல்லி
நள்ளென்யாமத் துள்ளுதொறும் படுமே'[6]

என நற்றிணை கூறுகின்றது.

பல்லிகள் இருக்கும் திசையை வைத்தும், அதன் ஒலிகளின் எண்ணிக்கையும், கிழமைகளையும் கொண்டு பலனைத்

5 கலைக்களஞ்சியம், தொகுதி 7, ம.ப.பெரியசாமித்தூரன், ப. 18
6 நற்றிணை , 333: வரிகள் (10-12)

தீர்மானித்தனர். தமிழ்நாட்டில் கிராமப்புற மக்கள் தங்கள் கிராம தேவதைகளுக்கு விழா நடத்துவதற்கு பல்லியின் வாயிலாக அனுமதி கிடைத்த பிறகே நடத்தினர். இதனால் பல்லியின் மீது அவர்கள் கொண்டிருந்த நம்பிக்கையை அறியலாம்.[7]

பல்லிக்கு ஊறு விளைவித்தல்

தமிழ் நாட்டு மக்கள் பல்லியைப் புனிதமாகக் கருதினார்கள். அதனை சிவனுடன் தொடர்புபடுத்தினார்கள். பல்லிக்குத் தீங்கு செய்தால் அவை நோய் முதலியவற்றை ஏற்படுத்தும் என்பது சங்க கால மக்களின் நம்பிக்கை ஆகும்.

பல்லியினால் ஏற்படும் பாதிப்பினை அகற்றுவதற்குப் பல்லியின் உருவத்தைத் தங்கத்திலோ, வெள்ளியிலோ செய்து படைப்பது வழக்கமாக இருந்தது. இன்றைய மக்களின் நடைமுறை வாழ்க்கையிலும் இப்பழக்கத்தை மக்கள் கடைப் பிடிக்கின்றனர்.[8]

இச்செய்திகளால் பல்லி பற்றிய நம்பிக்கைகளை அறியமுடிந்தது. இன்றும் பல்லியின் ஒலியை மக்கள் நிமித்தக் கூறாகவே கொண்டுள்ளனர்.

காக்கை

காக்கையின் ஒலி சகுனம் உணர்த்தும் காரணியாகப் பழங்கால மக்கள் நம்பிக்கை கொண்டிருந்தனர். பறவை இனங்களில் காக்கை அறிவுமிக்கது ஆகும். காக்கை கரைந்தால் வீட்டிற்கு விருந்தினர் வருவார்கள் என்பது நம்பிக்கையாக இருந்தது.

காக்கையும் - மூதாதையரும்

இறந்தவர்களுக்குப் பிண்டம் வைத்துப் படைத்த உணவுப் பொருள்களை காக்கை தான் முதலில் உண்ண வேண்டும்

7 The Festivals commences only if the deity gives permission by the chirping of a lizard I particular direction or at prticulr spot viz. in a mango or a coconut tree - Folklone of Tamil Nadu;
S.M. Lakshman chettiar, page. 110

8 கலைக்களஞ்சியம், தொகுதி 7, ம.ப.பெரியசாமித்தூரன், ப. 20

என்பது தமிழ் மக்களின் நம்பிக்கை ஆகும். அதிலும் அண்டங்காக்கை வந்து உண்டால் சிறந்தது என்பது கேரள மக்களின் நம்பிக்கை ஆகும். இது போன்ற நம்பிக்கைகளைத் தமிழ் மக்களும் கொண்டு உள்ளனர்.

இறந்தவர்களுக்கு இரண்டாம் உணவுப் பொருள்களைப் படைக்கும் பொழுது காக்கை முதலில் உண்ணவேண்டும் என்பது நம்பிக்கை ஆகும்.[9]

காரிப்புள்

கருங்குருவியையே ‘காரிப்புள்’ என அழைத்தனர்.

இதனைச் சிலம்பில் முதன்முதலாகக் கூறப்பட்டுள்ளது. அதற்குப் பிறகு உள்ள இலக்கியங்களில் இதனைப்பற்றி பரவலாகப் பேசப்பட்டுள்ளது என பி.எல்.சாமி சுட்டிக்காட்டியுள்ளார்.[10] இவ்வாறு காரிப்புள் சிறப்பான நிமித்தக் கூறுகளை வெளிப்படுத்தியது என உணரலாம்.

மாந்தரின் உறுப்புகள்

மனிதனின் உறுப்புகளில் சிலவற்றை நிமித்தம் உணர்த்துவதாக மக்கள் அக்காலத்தில் நம்பியிருந்தனர். பெண்களைவிட ஆண்களின் உடலில் ஏற்படும் மாற்றத்தை நன்னிமித்தம் உணர்த்துபவை எனப் பத்துப்பாட்டு அறிவிக்கின்றது.

இதனை,

"நன்னர் நன்மொழி கேட்டனம் அதனால்
நல்ல நல்லோர் வாய்ப்புள் தெவ்வர்
முனைகவர்ந்து கொண்ட திறையர் வினைமுடித்து
வருதல் தலைவர் வாய்வது நீநின்
பருவரல் எவ்வங் களை மா யோயெனக்" [11]

என முல்லைப்பாட்டு கூறுகின்றது.

9 செந்தமிழ்ச் செல்வி, சிலம்பு 45 சங்க இலக்கியத்தில் காக்கை, பி.எல் சாமி, ப. 355

10 கடிய குரலிட்டு எதிரிகளைப் பாய்ந்து விரட்டுவதைப் பார்த்தே இதை நிமித்தமாகக் கொண்டாடினர் என்று தெரிவிக்கின்றன. செந்தமிழ்ச் செல்வி சிலம்பு 45; ஆனைச்சாத்தான் பி. எல். சாமி, பக். 579-580

11 முல்லைப்பாட்டு, வரிகள். (17-21ஸ்ரீ

தலைவியை விட்டுப் பிரிந்து சென்ற தலைவன் போரில் பகைவரை வென்று அவர்கள் தந்த கப்பப் பொருளோடு வருவேன் எனக் கூறினான். ஆனால் தலைவன் உன்னை ஏமாற்றமாட்டான். எனவே 'தலைவன் வாய்ச்சொல் தவறாது' என்று தோழி கூறினாள்.

கண் துடித்தல், தும்மல் போடுதல் போன்றவற்றையும் நன்னிமித்தமாகக் கருதினார்கள்.

கண் துடித்தல்

பெண்களின் இடது கண் துடித்தால் நன்மை நேரும் என்றும், வலது கண் துடித்தால் தீமை விளையும் என்பதும், சங்க கால மக்களின் நம்பிக்கை ஆகும். சிலம்பில் முதன் முதலில் இச்செய்தியைக் காணலாம். இந்திரவிழாவூரெடுத்தக் காதையில் இந்திரவிழா நாளன்று மாதவியின் வலதுகண் துடித்ததை இளங்கோவடிகள் சுட்டியுள்ளார். வலக்கண் துடித்ததால் அது ஆபத்தை அறிவிக்கின்றது எனக் கருதியமைப் புலப்படுத்துகின்றது. இதனை,

"கண்ணகி கருங்கணு மாதவி செங்கணும்
உண்ணிறை கரந்தகத் தொளித்து நீ ருகுத்தன
எண்ணிமுறை யிடத்தினும் வலத்தினுந் துடித்தன"[12]

எனச் சிலப்பதிகாரம் கூறுகின்றது.

இக்காலத்திலும் பெண்களின் இடது கண் துடிப்பது நல்லது என மக்கள் நம்பிவருகின்றனர்.

தும்மல்

தும்மலை நிமித்தமாக பழந்தமிழ் மக்கள் கருதினர். இதனை,

"தும்முச் செறுப்ப அழுதாள் நுமர்உள்ளல்
எம்மை மறைத்தீரோ என்று"[13]

என்று திருக்குறள் கூறுகின்றது.

12 சிலப்பதிகாரம், 3: வரிகள் 237 - 239
13 திருக்குறள், 1318

விண்மீன்கள்

வானத்து விண்மீன்களில் வெள்ளி எனும் விண்மீன் வடக்கே இருந்தால் நாட்டில் மழை பெய்து நாடே செழிப்படையும் என்று அக்கால மக்கள் நம்பிக்கைக் கொண்டிருந்தனர்.

குழலோசை

குழலோசையும் நன்னிமித்தம் உணர்த்தும் காரணியாகச் சங்க காலத்தில் நிகழ்ந்தது.

2. தீ நிமித்தங்கள்

ஒரு செயல் செய்யும் பொழுது அந்தச் செயலால் தீங்கு நேரிட இருப்பின் இயற்கையின் சக்தியால் முன்கூட்டியே மக்களுக்குத் தெரிவிக்கப்பட்டது.

நன்னிமித்தம் என்பது நல்லவற்றை உணர்த்துவனவாகவும், தீ நிமித்தம் என்பது தீமையை மட்டும் உணர்த்துபவையாகவும் மக்களால் கருதப்பட்டது. மரங்கள், பறவைகள், விலங்குகள், மாந்தர்களின் கனவுகள் போன்றவை தீமையை உணர்த்தும் நிமித்தக் குறியீடுகளாகச் சங்க காலத்தில் அமைந்துள்ளன.

மரங்கள்

மரங்களின் மூலம் நம்பிக்கைகள் வெளிப்படுத்தப்பட்டதாக மக்கள் உணர்ந்தனர். தமிழ்நாட்டு மக்கள் மட்டுமல்லாது உலகில் பல இடங்களில் வாழ்ந்த மக்களும் இவ்வாறு நம்பிக்கை வசப்பட்டிருந்தனர்.[14]

உன்னம்

உன்னம் என்பது இலவ மரமாகும். இதனை நிமித்தம் உணர்த்தும் மரமாக பழங்கால போர்வீரர்கள் கருதினார்கள். உன்னமரம் தழைத்துக் காணப்பட்டால் போரில் வெற்றி பெறுவார்கள் என்றும், உன்னமரம் கருகிக் காணப்பட்டால் போரில் தோல்வி அடைவர் என்பதும் வீரர்களின்

14 Tree worship and ophiolatry, G.Subramania Pillai, P. 81

நம்பிக்கை ஆகும். உன்னமரம் இச்செய்தியை முன்கூட்டியே உணர்த்திவிடுமாம். இதனை,

"ஓடாக்கழல் நிலை உளப்பட ஓடா
உடல்வேந்து அடுக்கிய உன்ன நிலையும்"[15]

எனத் தொல்காப்பியம் கூறுகின்றது.

தொல்காப்பியர் கூறுவதிலிருந்து உன்னமரத்தின் சிறப்பை அறிய முடிகிறது.

வற்றியமரம்

வற்றியமரம் தீப்பற்றிய நிலை தீநிமித்தக் கூறாகக் குறிக்கப்பட்டுள்ளது. இவை சங்க கால மக்களின் நம்பிக்கை ஆகும்.

சங்க கால மக்கள் மட்டுமல்லாமல் இக்கால மக்களும் மரங்களின் மீது நம்பிக்கை கொண்டிருக்கின்றனர். புளியமரத்தில் பேய் இருப்பதாகவும், வேப்பமரத்திலும், ஆலமரத்திலும் கடவுள் இருப்பதாகவும் மக்கள் கருதுகின்றனர். இது கிராம மக்களின் நம்பிக்கைகளாகக் கூறலாம்.

பறவைகள்

பறவை இனங்களில் ஆந்தை, கூகை, குடிஞை போன்றவை தீநிமித்தம் உணர்த்துவதாகப் பண்டைய மக்கள் கருதினர்.

ஆந்தை

ஆந்தை, கூகை, குடிஞை முதலியவை ஒரே இனத்தைச் சேர்ந்த பறவைகள் ஆகும். ஆந்தையை தீநிமித்தம் உணர்த்துவதாகக் கூறுவதுபோல மேலை நாடுகளிலும் கூறுகின்றனர்.[16]

---

15 தொல்காப்பியம், பொருளதிகாரம், நூற்பா. 63 வரிகள் 78

16 It is generally believed throughout the United States that to hear an owl hooting is a sing bad-luck is coming; to hear a hoot owl is a sign of death standard Dictionary of Folklone mythology and Legend, P. 12 Maria Leach (Editor)

கூகை

கூகை என்பது சுடுகாட்டிற்கு அருகில் வாழும் பறவை ஆகும். இது வசிப்பது 'புறங்காடு' ஆகும். கூகையின் குரலை அழுகுரலோடும், பறையோசையோடும் ஒப்பிட்டனர். கூகையின் வாய் வளைந்து காணப்படும். இதனை,

> வளைவாய்க் கூகை நன்பகற் குழறவும்'[17]

எனப் பட்டினப்பாலை கூறுகின்றது.

கூகைக்குக் குடுமியும் இருப்பதாக மாங்குடி மருதனார் கூறியுள்ளார். மேலும்,

> "நெடுநகர் வீழ்ந்த கரிகுதிர்ப் பள்ளிக்
> குடுமிக் கூகை குராலொடு முரல'[18]

என மதுரைக் காஞ்சி கூறுகின்றது.

பத்துப்பாட்டில் கூகையைப் பற்றிக் கூறியிருப்பதனை அறியலாம். கூகையின் அலறல் சத்தத்தைக் கேட்டால் மக்கள் தீய அறிகுறி என நம்பிக்கை கொண்டிருந்தனர். அதன் சத்தத்தைக் கேட்டதும் கல்லினால் அடித்துவிரட்டினர். கூகையின்அலறல் சத்தம் சாவோரை அழைக்கும் தன்மை கொண்டது என எண்ணினர்.

இன்றைய சமுதாயத்தில் இவ்வகைப் பறவைகள் அலறினால் மக்கள் சாவு வருவதாக நம்புகின்றனர். கேரள மாநிலத்தில் கூகைகளைச் செதுகுத்தான் என்று கூறுகின்றனர். இந்தப் பறவைகள் கூவினால் உடனே பெண்கள் "நாராயணா நாராயணா" எனக் கூப்பிட்டு தங்களுடைய புடவைத் தலைப்பை கைவிரலால் சுருட்டிக் கொள்ளுவர்.[19]

குடிஞை

கூகை, குடிஞை இப்பறவைகள் கோழிகளில் சேவல், பெடை என இருப்பது போன்று இரண்டும் ஓரினத்தைச்

17 பட்டினப்பாலை, வரி. 268
18 மதுரைக்காஞ்சி, வரிகள். 169-170
19 செந்தமிழ்ச் செல்வி, சிலம்பு 46, சங்க இலக்கியத்தில் கூகையும், குரலும், குடிஞையும், ஊமனும், ஆண்டலையும், பி. எல். சாமி, ப.406

சேர்ந்த பறவைகள் ஆகும். இப்பறவைகளும் தீய நிமித்தம் கூறுவதாகக் கருதப்பட்டது. குடிஞை கத்தினால் சாவு நேரிடும் என்பது மக்களின் கருத்து ஆகும். இன்றைய சமுதாயத்தில் இந்த நம்பிக்கைகள் மக்களிடம் நிலவுகிறது.

விலங்குகள்

யானை, குதிரை, எருது முதலியவை தீநிமித்தக் குறிகளாகச் சங்க காலத்தில் கூறப்பட்டது.

யானையும் குதிரையும்

யானை, குதிரை போன்ற மிருகங்கள் மன்னனுக்கு மிகவும் முக்கியமானவை ஆகும். யானை துஞ்சினாலோ, குதிரை முடங்கிக் கிடந்தாலோ மக்கள் தீ நிமித்தக் குறியாகக் கூறினார்கள்

எருது

எருது ஆயர்குல மக்களுக்கு நிமித்தக் குறியாகப் பயன்பட்டது. எருது எதிர்படின் வெளியே செல்லமாட்டார்கள். ஆனால் வணிகக் குலத்தில் பிறந்த கோவலன் தன் மனைவியின் கால் சிலம்பை விற்பதற்காக மாதரி வீட்டில் இருந்து புறப்பட்டான். அப்பொழுது எருது எதிரே வருவதைப் பார்த்த பின்னரும் அவன் வீடு திரும்பாமல் சென்று விட்டான். இதனை,

> "பல்லான் கோவல ரில்லம் நீங்கி
> வல்லா நடையின் மறுகிற் செல்வோன்
> இமிலே றெதிர்ந்த திமுக்கென அறியான்
> தன்குல மறியந் தகுதியன் றாதலின்"[20]

எனச் சிலப்பதிகாரம் கூறுகின்றது.

இதனால் தான் கோவலன் இறக்க நேர்ந்திருக்கலாம் எனக் கருதப்படுகிறது.

தீநிமித்தங்களின் பரிகாரம்

இறைவனை வணங்குவதே தீய நிமித்தங்களுக்குப் பரிகாரம் ஆகும். மனதளவில் தீய நிமித்தங்களால் அச்சம்

20 சிலப்பதிகாரம், 16 : வரிகள். 98 -101

நேரிடுகிறது. ஒவ்வொரு நில மக்களும் தங்களுடைய குலதெய்வம் தங்களைக் காத்தருளும் என நம்பிக்கைக் கொண்டிருந்தனர்.

இன்றைய மக்களும் இறைவனையே வணங்குகின்றனர். இதன் மூலம் நம்பிக்கை என்பது மக்களின் பழக்க வழக்கங்களின் அடிப்படையில் தோன்றியது என அறியலாம்.

கனவுகள் பற்றியவை

மனிதனாய் பிறந்த அனைவருக்கும் கனவுகள் தோன்றும், இக்கனவுகள் பின் நிகழ இருப்பதை முன்கூட்டியே அறிவிப்பன ஆகும். சங்க கால மக்கள் கனவுகள் பற்றி அதிக நம்பிக்கைக் கொண்டிருந்தனர்.

கனவுகளின் வகைகள்

1. நல்லவற்றை உணர்த்துபவை
2. தீயவற்றை உணர்த்துபவை

என இரண்டு வகைப்படும். நன்மையைத் தெரிவிக்கும் கனவுகளைவிட தீயவற்றை வெளிப்படுத்தும் கனவுகளே அதிகமாகக் காணப்பட்டதாக மக்கள் கருதினர்.

உளவியலார் கருத்து

ஒரு மனிதனின் ஆழ் மனதில் தோன்றும் விருப்பங்களே கனவுகளாக வெளிப்படுகிறது என்றும் வேறு சிலர் கனவுகள் உளநோயால் தோன்றியது எனவும் கூறுகின்றனர். கனவுகள் எதிர்பாராமல் நிகழ்வதால் நம் உள்மனதிற்கும், புறமனதிற்கும் எச்சரிக்கை செய்வதாக அமைந்துள்ளது என ச.வே. சுப்பிரமணியன் அவர்கள் கூறியுள்ளார்.[21]

தீநிமித்தக் கனவுகள்

எயிறு நிலத்தில் வீழ்தல், தலையில் எண்ணெய் தேய்த்தல், களிறு மேல் ஊர்தல், கட்டிய ஆடை நீங்கல்,

21 இலக்கியக் கனவுகள், டாக்டர் ச.வே.சுப்பிரமணியன், ப. 14

படைக்கலம் கவிழ்தல் போன்றவைகள் தீயவற்றை உணர்த்தும் கனவுகளாகப் பழங்கால மக்கள் கருதினார்கள்.

நல்லவற்றை உணர்த்துபவை

சங்க காலத்தில் நல்லவற்றைத் தெரிவிக்கும் கனவுகள் மிகக்குறைவே ஆகும்.[22] இன்றைய காலங்களிலும் இந்நம்பிக்கைகள் மக்களிடம் அதிகமாகக் காணப்படுகிறது.

அசரீரி

அசரீரி என்பது வடசொல் ஆகும். இது விண்ணில் இருந்து தோன்றும் ஒலியாகக் கருதப்பட்டது. கேட்பவர்களின் கண்ணுக்குக் காட்சி அளிக்காமல் காதிற்கு மட்டும் கேட்கின்ற ஒலியாகும். மனதில் எண்ணும் ஒரு செயலுக்கோ அல்லது வாயால் கேட்கும் கேள்விக்கோ விண்ணில் இருந்து தெரிவிக்கின்ற ஒலியாகும். இதனை தெய்வ வாக்கு என்றும் கருதினர்.[23]

விரிச்சிக் கேட்டல்

விரிச்சிக் கேட்டல் என்பது ஒருவகை நிமித்தம் ஆகும். நற்சொல் என்பது இதன் பொருள் ஆகும். ஏதேனும் ஓர் செய்தியைப் பற்றி இருவர் பேசும் பொழுது அயலிலிருந்தவர்கள் தங்களுக்குள்ளேயே பேசும் வார்த்தையைத் தனக்கு அனுகூலமாக எடுத்துக்கொள்வது ஆகும். முதுபெண்டிர் விரிச்சிக் கேட்கும் பாங்கினை பத்துப்பாட்டு நூல்கள் அறிவிக்கின்றன. இதனை,

> "யாழ்இசை இனவண்டு ஆர்ப்ப நெல்லொடு
> நாழிகொண்ட நறுவீ முல்லை
> அரும்புஅவிழ் அலரி தூஉய்க் கைதொழுது
> பெருமுது பெண்டிர் விரிச்சி நிற்பச்"[24]

என முல்லைப்பாட்டு கூறுகின்றது.

---

22 இலக்கியக் கனவுகள், ச.வே. சுப்பிரமணியன், ப.59

23 Asiriri -that which lacks the physical framei.e the hidden voice, supposed to Be or aculase, PRE-PALLAVAN TAMIL INDEX - N.Subramanian, P. 24

24 முல்லைப் பாட்டு, வரிகள். 8–11

அசரீரிக்கும், விரிச்சிக்கேட்டலுக்கும் வித்தியாசம் உண்டு. இதனைப் பிற்கால இலக்கியவாதிகள் நிரூபித்துள்ளனர்.

இன்றைய அறிவு வளர்ச்சிமிக்க காலங்களிலும் மக்களிடம் இப்பண்புகள் காணப்படுகின்றன எனலாம்.

விண்ணியல் பற்றியவை

வானில் விண்மீன்கள் கோள்கள், நட்சத்திரங்கள் முதலியவை தோன்றுகின்றன. இவற்றின் செயல்பாட்டிற்கும் உலகில் வாழும் மக்களுக்கும் மிகநெருங்கிய தொடர்பு உண்டு என்று பண்டைய மக்கள் கூறினார்கள்.

விண் நிகழ்வுகள் பெரும்பாலும் தீ நிமித்தக் கூறுகளாகவே கருதப்பட்டன. இவ்வகை நம்பிக்கைகள் இன்றும் பெரிதளவில் மக்களிடம் காணப்படுகிறன.

வெள்ளி

வெள்ளி என்பது சுக்கிரன் எனும் கிரகம் ஆகும். சுக்கிரனையே தமிழிலக்கியங்களில் வெள்ளி என்று அழைத்தனர். வானில் மாலையிலோ அல்லது காலையிலோ கண்ணுக்குத் தென்படும். அதிகாலையில் காட்சி அளிக்கும் வெள்ளியையே விடிவெள்ளி என்று அழைத்தனர்.

வெள்ளி கிழக்கே உதிக்குமானால் இரவு விடியும் என்று நம் முன்னோர் நம்பிக்கை கொண்டிருந்தனர். வெள்ளிக்கோளின் இயக்கத்தைப் பற்றி பண்டையத் தமிழர்கள் கூர்ந்து கவனித்திருந்தனர். இதனை,

"வசையில்புகழ் வயங்குவெண்மீன்
திசைதிரிந்து தெற்கேகினும்"[25]

எனப் பட்டினப்பாலை கூறுகின்றது.

வெள்ளிக்கோளினை இன்றைய சமுதாயத்தில் மழைக்கு உரிய கோளாகவே கருதுகின்றனர். இக்கருத்து சங்க கால மக்களின் கருத்தை மெய்ப்பிக்கின்றன.[26]

25 பட்டினப்பாலை, வரிகள். 1-2
26 வடக்கும் தெற்கும் ; க.ப. சந்தோஷம், ப.16

இச்செய்தி இன்றைய மக்களின் வாழ்வியல் முறைகளிலும் கடைப்பிடிக்கப்படுகின்றது.

மைமீன் (கோள்)

சனிக்கோளினை 'மைமீன்' என்று அழைத்தனர். மைமீன் புகைந்தால் நாட்டிற்கு தீங்கு விளையும் என்று மக்கள் கருதினார்கள். இளங்கோவடிகள் மைமீனின் காட்சியைப் பார்த்து "கரியவன்" என்று குறிப்பிட்டிருக்கிறார். இதனை,

"கரியவன் புகையினும் புகைக்கொடி தோன்றினும்
விரிகதிர் வெள்ளி தென்புலம் படரினும்"[27]

எனச் சிலப்பதிகாரம் கூறுகின்றது.

இன்றைக்கும் இந் நம்பிக்கைகள் மக்களால் பின்பற்றப்பட்டு வருகின்றன.

தூமம் (கோள்)

தூமம் என்பது வானில் மறைந்திருக்கும் கோளாகும். இதனை 'தூமகேது' என்றும் அழைத்தனர். தூமகேது உதித்தால் அரசன் இறந்து விடுவார் என்றும் பண்டைய மக்கள் கருதினார்கள். மேலும் நாட்டில் பஞ்சம் தலை விரித்தாடும், புயல் முதலிய பெருங்கேடுகள் வரும் என மக்கள் நம்பிக்கை கொண்டிருந்தனர். இதனை தீநிமித்தக் கூறாகவே மக்கள் கருதினார்கள்.

தற்காலத்தில் மக்கள் 'வால் நட்சத்திரம்' என்ற பெயரில் இதனை அழைக்கின்றனர். இன்றும் தீநிமித்தக்கூறாகக் கருதப்பட்டு வருகின்றது.

ஞாயிறு

சூரியன் கிழக்குத் திசையில் தோன்றுவதே மரபாகும். ஆனால் நான்கு திசைகளிலும் செறிந்து காணப்பட்டால் அது தீநிமித்தம் உணர்த்துவதாக அமையும்.

27 சிலப்பதிகாரம், 10. வரிகள். 102 -103

வானவில்

பகலில் வானவில் தோன்றுவதே மரபாகும். ஆனால் இரவில் தோன்றினால் தீயதாகக் கருதப்பட்டது. வானத்தில் தோன்றும் நிகழ்வுகளுக்கும் மக்களுக்கும் நெருங்கிய தொடர்பு இருப்பதை அக்கால மக்கள் நம்பியது போல இன்றைய மக்களும் நம்புகின்றனர். நம் முன்னோர்களின் கருத்துப்படியே இன்றைய வானியல் ஆராய்ச்சியாளர்கள் பல கருத்துக்களைக் கணித்துக் கூறுகின்றனர். இது மகிழ்ச்சிக்குரிய செயலாகவே கருதவேண்டும்.

நடுகல் பற்றிய நம்பிக்கைகள்

வீரத்தைப் போற்றும் பண்பு, ஆவி பற்றிய நம்பிக்கை அக்காலத்தில் இருந்தது. இறந்தவர்களின் ஆன்மாவைச் சடங்குகள் செய்து ஓர் குறிப்பிட்ட இடத்திற்குக் கொண்டுவர முடியும். அந்த ஆவியை ஒரு பொருளில் நுழைத்து விடவும் செய்யலாம் என்ற நம்பிக்கை உலகெங்கும் உள்ள மக்களிடம் இருந்தது.[28]

நடுகல் வழிபாடு சங்க காலத்தில் காணப்பட்டது. இவ் வழிபாட்டின் நோக்கம் என்னவென்றால் இறந்தவரின் ஆன்மாவிற்கு ஆற்றல் அதிகம். அது ஆக்க சக்தியாகவும், அழிவு சக்தியாகவும் வெளிப்படலாம் என்பது கல் நட்டு வழிபட்டோரின் நோக்கம் ஆகும்.

இன்றைய சமுதாயத்திலும் இறந்தவர்களின் ஆன்மாவை வழிபட்டால் அது குடும்பத்தைப் பாதுகாத்து நல்வழிப்படுத்தும் என்ற நம்பிக்கைகள் நிலவி வருகின்றன. போர் வீரர்கள் போரில் வீரமரணம் அடைந்தால் அவர்களை வழிபடும் பழக்கம் இருப்பது அக்கால நடுகல் வழிபாட்டை ஒத்ததாக உள்ளது.

மீவியல்புகள் பற்றியவை

இயற்கையில் காணப்படாத தெய்வம், தெய்வ சக்திகள் போன்றவற்றைக் குறிப்பது மீவியல்புகள் ஆகும். இதனைக்

28 ஆராய்ச்சி மலர் 4 துணர் 13; நடுகற்களும் நம்பிக்கைகளும், நா. வானமாமலை,

கற்பனை என்றும் கூறமுடியாது. ஓர் நம்பிக்கையாகவேகருதினர். கடவுள் நம்பிக்கை, இயற்கை பற்றிய நம்பிக்கை முதலியவை இவ்மீவியல்புகளில் அடங்கும்.

கடவுள் நம்பிக்கை

மனிதனுடைய ஆற்றல் ஒரு வரம்பிற்கு உட்பட்டது ஆகும். தன்னுடைய அறிவுக்கும், ஆற்றலுக்கும் புலப்படாதவற்றின் மீது அச்சத்தின் காரணமாகக் கடவுள் நம்பிக்கை ஏற்பட்டது. எனவே கடவுளை வழிபட்டால் தன்னுடைய தேவைகளைப் பூர்த்தி செய்து கொள்ளலாம் என்று பழங்கால மனிதன் நம்பினான். இதனை இன்றையக் காலத்தில் வாழும் மனிதனும் கடைப்பிடித்து வருகிறான்.

இயற்கை பற்றிய நம்பிக்கை

நிலம், நீர், காற்று, தீ, ஆகாயம், மலை, ஞாயிறு, திங்கள் முதலியவற்றையும் பயன் கருதியே மனிதன் தெய்வமாக வழிபட்டான். ஞாயிற்றை வழிபடும் பழக்கம் உலகெங்கும் காணப்படுகிறது. பழந்தமிழ் மக்கள் ஞாயிற்றை ஆண் தெய்வமாகக் கருதினார்கள்.[29]

தமிழர் திருநாளான பொங்கல் திருநாள் அன்று சூரியனை வழிபடுவர். இது நம் முன்னோர்களின் இயற்கை வழிபாட்டு முறையை நினைவுபடுத்துகிறது.

பேய் பற்றிய நம்பிக்கைகள்

பேய் பற்றிய நம்பிக்கைகள் பழங்காலத்தில் அதிகமாகக் காணப்பட்டன. எனினும் இயல்பாகக் கிராமப்புற மக்கள் நகர்புற மக்கள் என்ற பாகுபாடு இல்லாது எல்லாரிடமும் பேய் பற்றிய உணர்வு இருக்கின்றது.

தமிழிலக்கியச் சான்றுகளின் அடிப்படையில் மனித மனத்தில் தோன்றிய அச்சம் தரும் எண்ணத்தின் காரணமாக விளைந்த ஒன்றே பேய் உருவம் என்று கூறப்படுகிறது. இயற்கையின் இயக்கத்திற்கு உரிய காரணங்களை ஆய்ந்து அறியாத நிலையில் இயற்கையின் ஆற்றலைப் பார்த்து

29 Journal of the Department of Tamil; Vol. I; sun in cankam: V.Veerasami, Page 20 - 26.

அவன் கற்பனையில் எழுந்த உருவமே பேய் உருவம் என்று நம்பினார்கள்.[30]

பேய் மகளிர்

பேய் மகளிர் என்பவர்கள் உண்மையான பெண்களே ஆவார்கள். இவர்கள் பெண் தெய்வ வழிபாட்டின் போது பிணந்தின்னிகளாகவும் இருந்தனர். பழங்காலத்தில் இப்பெண்கள் வாழ்ந்ததாக க.கைலாசபதி அவர்கள் கூறியுள்ளார்.

ஆஸ்திரேலியாவில் இருந்து வட அமெரிக்கா வரை ஒரு காலத்தில் நிலவி இருந்த சமூகங்களில் காணப்பட்ட எண்ணற்ற பழக்க வழக்கங்களுள் ஒன்று பெண்கள் பிணந்தின்னும் செயலாகும்.[31]

இன்றைய நடைமுறை வாழ்க்கையில் பேய் மகளிர் போன்ற பெண்கள் இருப்பதாக யாராலும் கூற முடியாத அறிவு வளர்ச்சி குறைந்த பண்படாத மக்களே இப்பேய் மகளிர் எனலாம்.

பேயின் பசி

பேய்கள் கடும்பசிக் கொண்டவை என்று சங்க கால மக்கள் கருதினர். போரின் போது தான் அதற்கு உணவு கிடைக்க வேண்டும் என்பது ஒரு சாபம் என்று கி.வா. ஜகந்நாதன் அவர்கள் கூறியுள்ளார்.[32]

பேயிடம் இருந்து மக்கள் தங்களைக் காக்க வேண்டும் என எண்ணினர். போர் வீரர்கள் கையில் காப்புக்கட்டியிருந்தனர். அப்படியானால் பேய் அண்டாது என்பதற்காகவே ஆகும். பேய்கள் குழந்தைகளைக் கூட தின்னும் இயல்புடையது. சங்க கால மக்கள் பேய் அணுகாமல் இருக்க பல முன்னேற்பாடுகளைச் செய்தனர்.

கடிப்பகை

கடிப்பகை என்பது பேய்களுக்குப் பகையான பொருட்களைக் குறிப்பது ஆகும். வேம்பு, ஐயவி முதலியவை

30 தமிழவன், பக். 438-439
31 பண்டைத் தமிழரின் வாழ்வும் வழிபாடும், க. கைலாசபதி, ப. 171
32 வீரர் உலகம், கி.வா.ஜகந்நாதன், ப. 46

பேய்களின் எதிரி என்று பண்டைய மக்கள் நம்பிக்கையாகக் கொண்டிருந்தனர்.

வேம்பு

வேப்பமரம் பேயை விரட்டும் தன்மை கொண்டது என்று இன்றைய மக்களும் கருதுகின்றனர். வேம்பினை 'அரவாய் வேம்பு என்று பொருநராற்றுப்படை கூறுகிறது. இதனை,

"இரும்பனம் போந்தைத் தோடும் கருஞ்சினை
அரவாய் வேம்பின் அம்குழைத் தெரியலும்
ஓங்கு இருஞ்சென்னி மேம்பட மிலைந்த
இருபெரு வேந்தரும் ஒருகளத்து அவிய" [33]

எனப் பொருநராற்றுப்படை கூறுகின்றது.

வீடுகள் கட்டும் பொழுது கதவு, சாளரங்கள் போன்றவைகள் செய்வதற்கு வேப்பமரத்தைப் பயன்படுத்துகின்றனர். ஏனெனில் பேய் அணுகாது என்பதற்காகவே ஆகும்.[34]

ஐயவி

கடுகினை பழங்காலத்தில் ஐயவி என்று அழைத்தனர். பேய் அணுகக்கூடாது என்பதற்காகக் குழந்தைகளின் உச்சியில் வெண்சிறு கடுகினை அரைத்துத் தடவி விட்டனர். போரில் புண்பட்ட மறவனை பேய்கள் அண்டாமல் இருக்க ஐயவி புகைப்பதும் பண்டைய மக்களின் நம்பிக்கைகள் ஆகும்.

ஐயவி சிதறுதல் இன்றைய நடைமுறை வாழ்வில் பயின்று வருவதனை நீல பத்மநாபன் தன்னுடைய நாவல் ஒன்றில் கூறியுள்ளார்.[35]

---

33 பொருநராற்றுப்படை, வரிகள். 143 146

34 The belief current even today is that if the door way and window frames of a house are made of the timbers of a margosa tree, that house would be devil proof and no spirits would enter inside - tree worship and ophi-olotry. G.Subramania Pillai - P. 16.

35 தலைமுறைகள்; நீலபத்மநாபன்; ப. 396

வீட்டின் வாயில்களில் தெய்வங்களுக்கு வழிபாடு செய்யும் பொழுது வீட்டினுள் பேயணுகாமல் இருக்க நெய்யணிந்து ஐயவி பூசி வழிபட்டனர். இதனை,

"தாழொடு குயின்ற போராமை புணர்ப்பின்
கைவல் கம்மியன் முடுக்கவலின் புரை தீர்ந்து,
ஐயவிஅப்பிய நெய்யணி நெடுநிலை
வென்று எழுகொடியோடு வேழம் சென்றுபுகக்
குன்று குயின்றன்ன ஓங்குநிலை வாயில்"[36]

என நெடுநல்வாடை கூறுகின்றது.

கடுகின் ஆற்றல்

கடுகு மிகவும் சக்தி வாய்ந்ததாகும். பூமியைப் பிளக்கவும், மழையை வரவழைக்கவும், பாறைகளை உடைக்கவும், ஆறுகளை உண்டாக்கவும், மனித ஆற்றலுக்கு அப்பாற்பட்ட பல செயல்களைச் செய்யும் ஆற்றல் கடுகிற்கு உண்டு. இது பழங்காலம் தொட்டே காணப்படுகிறது.[37]

சான்றோர் பற்றிய செய்திகள்

அந்தணர், முனிவர் ஆகியோர் சமுதாயத்தில் மிகவும் போற்றத் தக்கவராகத் திகழ்ந்தனர். இவர்களிடம் மக்கள் அதிகம் மரியாதையும் நம்பிக்கையும் வைத்திருந்தனர்.

அரசன்

அரசன் நாட்டின் தலைவனாகத் திகழ்ந்தான். அவன் உபயோகப்படுத்தியப் பொருட்களும் மக்களால் சிறப்புமிக்கதாகக் கருதப்பட்டது. அவைகளுள் செங்கோல், வெண்கொற்றக் குடை, காவல் முரசு, காவல் மரம் முதலியவைகளில் குடிமக்கள் அதிக நம்பிக்கை வைத்திருந்தனர்.

செங்கோல் பற்றிய நம்பிக்கைகள்

செங்கோல் என்பது அரசன் தன்னுடைய ஆட்சி அரச நீதிப்படி அமைந்துள்ளது என்பதைத் தெரிவிக்க கையில் கோணல் இல்லாத பொற்கோல் ஒன்றை வைத்திருந்தான்.

36 நெடுநல்வாடை , வரிகள். 84-88.
37 யுவான் சுவாங் வி. எஸ். வி. இராகவன், ப. 170

செங்கோல் தரையில் வீழ்தல் அழிவுக்குக் காரணம் என்ற நம்பிக்கை மக்களிடம் உள்ளது. இன்றைய காலங்களில் கோனாட்சி இடம் பெறாததால் இவ்வகை நம்பிக்கைகள் மக்களிடம் காணப்படவில்லை.

வெண்கொற்றக் குடை

அரசன் வைத்திருக்கும் அங்கங்களுள் குடையும் ஒன்றாகும். மக்களைத் துன்பம் வராமல் பாதுகாப்பதற்கு அடையாளமாக அரசன் வெண்கொற்றக் குடை வைத்திருந்தான். இக்குடை வீழ்ச்சி அடைந்தால் மன்னனுக்கு அழிவு நேரும் என்பது நம்பிக்கையாகத் திகழ்ந்தது. இதனை,

"அஞ்சினம் எழுநாள் வந்தன்று இன்றே
மைந்துடை யானை கைவைத் துறங்கவும்
திண்பிணி முரசங் கண்கிழிந் துரளவும்
காவல் வெண்குடை கால் பரிந்துலறவும்
காலியற் கலிமாக் கதியின்றி வைகவும்
மேலோர் உலக மெய்தின னாகலின்"[38]

எனப் புறநானூறு கூறுகின்றது.

வெண் கொற்றக்குடையின் சிறப்பை எட்டுத்தொகை நூல்களில் கூறியுள்ளதை அறிய முடிகிறது.

முரசு

முரசுகள் இருவகைப்படும்

1) போர் முரசு

2) காவல் முரசு

என இருவகைப்படும்

இதில் காவல் முரசே மக்களாலும், மன்னனாலும் போற்றப்பட்டது ஆகும். காவல் முரசினை வழிபடுவது மன்னனின் கடமை ஆகும். இம்முரசுக்கு ஊறு ஏற்படக்கூடாது. ஏற்படின் அது நாட்டுக்குத் தீங்கு ஏற்படுத்தும் என்பது அன்றைய மக்களின் நம்பிக்கை ஆகும். காவல் முரசு கண்கிழிந்து உருளுதல் தீமையின் அறிகுறியாகும்.

---

38 புறநானூறு, 229: வரிகள் 1722

காவல் மரம்

கடிமரம் என்பது அரசர்க்குரிய அடையாள மரமாகும். பழந்தமிழ் மக்கள் வீரத்திற்கு அறிகுறியாக இதனைப் போற்றிப் பாதுகாத்தனர். கடிமரம் என்பதற்கு காவல் என்ற பொருளும் உண்டு. பெரும்பாணாற்றுப்படையில் கடிநகர் என்ற இலக்கியப் பயிற்சியின் மூலம் உணரலாம். இதனை,

> "கடுந்துடி தூங்குங் கணைக்காற் பந்தர்த்
> தொடர்நாய் யாத்த துன்னருங் கடிநகர்[39]

எனப் பெரும்பாணாற்றுப்படை கூறுகின்றது.

மன்னன் காவல் மரத்தை உயிரினும் மேலாகக் கருதினான். மன்னன் பயன்படுத்தியப் பொருட்களுக்கு மக்கள் மிகுந்த மரியாதை கொடுத்தனர். இதனைச் சங்க இலக்கியங்கள் வாயிலாக அறியமுடிகிறது.

அந்தணர் பற்றியவை

அரசன் அந்தணருக்கு அதிகமாக மரியாதை செலுத்தினார். சமுதாயத்தில் அரசனால் அந்தணர்கள் உயர்வு பெற்றனர். அந்தணர்களும் மன்னனுக்கு மரியாதை அளித்தனர். அந்தணர்களைப் 'பார்ப்பனர்' என்றும் அழைத்தனர். வேதங்கள் ஓதுவதும், சடங்குகள் நடத்துவதும் அந்தணர்களின் செயல்கள் ஆகும். அக்காலச் சமுதாயத்தில் இது புதுமையாகக் காணப்பட்டது. பார்ப்பனர்கள் விரும்பாத செயலை மன்னன் செய்வதில்லை. மன்னனை பார்ப்பனர்கள் வாழ்த்தினால் அதன்படியே அச்செயல் நிகழும் என்பது மன்னனின் நம்பிக்கை ஆகும். அரசனைவிட அந்தணர்கள் மேம்பாடு உடையவர்களாகத் திகழ்ந்தனர். இதனை,

> "கடவுள் வழங்கும் கையறு கங்குலும்
> அச்சம் அறியாது ஏமம் ஆகிய
> மற்றை யாமம் பகல் உறக் கழிப்பிப்
> போது பிணிவிட்ட கமழ் நறும் பொய்கைத்
> தாது உண் தும்பி போது முரன்ற ஆங்கு,"[40]

என மதுரைக்காஞ்சி கூறுகின்றது.

---

39 பெரும்பாணாற்றுப்படை, வரிகள். 124-125.
40 மதுரைக்காஞ்சி, வரிகள். 651 - 655.

அரசன் கடைப்பிடித்த மரியாதை இன்றைய சமுதாயத்திலும் பின்பற்றப்பட்டு வருகிறது. அரசன் அந்தணர் மீது கொண்டிருந்த உயர்வால் இன்றைய மக்களும் அந்தணரை இழிவுப்படுத்தினால் சாபம் இட்டுவிடுவர் என்றும், அது அப்படியே நேர்ந்துவிடும் என்ற நம்பிக்கை உடையவர்களாக இன்றும் காணப்படுகின்றனர்.

முனிவர்கள் பற்றிய நம்பிக்கை

முனிவர்கள் என்றால் நிலையாமையினை உணர்ந்து உலகப்பற்றினைத் துறந்தவர்கள் ஆவார்கள். துறவு பூண்டு காட்டினை நாடிச் சென்று வாழ்வார்கள். இதனால் சுற்றத்தோடுறையும் இல்லற வாழ்வுக்கு இடையூறு ஏற்படுகிறது. இவர்களுக்குத் துன்பம் நேரும் படி ஏதேனும் செயல்கள் செய்தால் சாபம் இடுவர். இதனால் முனிவர்களை மக்கள் பயபக்தியுடனே நோக்குவர். முனிவர்களின் பண்பு நலன்களை நக்கீரர் திருமுருகாற்றுப்படையில் கூறியுள்ளார்.

> "சீரை தைஇய வுடுக்கையர், சீரொடு
> வலம்புரி புரையும் வால்நரை முடியினர்
> ....
> துனியில் காட்சி முனைவர்............"[41]

எனத் திருமுருகாற்றுப்படை கூறுகின்றது.

இன்றைய நாகரிக உலகத்திலும் முனிவர்களுக்குத் தீங்கு விளைவித்தால் பழித்து விடுவர் என்ற நம்பிக்கை நிலவி வருகின்றது.

நம் விளையாட்டுக்கள்

சங்ககால மக்களின் நம்பிக்கைகளைப் பத்துப்பாட்டு நூல்கள் தெளிவாக உணர்த்துகின்றன. இதனால் அவர்களின் பழக்க வழக்கங்களையும் அறிய முடிகிறது. அக்காலச் செய்திகள் இன்றைய சமூக மக்களுக்கு ஒரு பாடமாக அமைகின்றன.

---

41 திருமுருகாற்றுப்படை, வரிகள். 126-137.

விளையாட்டுக்கள்

ஒவ்வொரு நிலமக்களின் சூழலுக்கு ஏற்பவும் விளையாட்டுக்கள் அமைந்திருந்தன. சங்க காலத்தில் சிறியவர் முதல் பெரியவர் வரை விளையாட்டில் ஆர்வம் கொண்டிருந்தனர். விளையாட்டுக்கள் என்பவை மனமகிழ்ச்சி காரணமாக அமைவவை ஆகும். சோம்பலை அழிக்கும் ஆற்றல் விளையாட்டிற்கு உண்டு.

விளையாட்டின் நோக்கம்

விளையாட்டு என்பது பொழுதுபோக்கிற்காக மட்டும் ஆடுவது இல்லை உடலையும், உள்ளத்தையும் நலம்பெறச் செய்வது ஆகும். இதனால் பண்டைய மக்கள் சுறு சுறுப்புடன் காணப்பட்டனர். விளையாட்டுக்கள் ஒரே வகையில் காணப்படவில்லை.

ஒவ்வொரு பருவத்திற்கு ஏற்ற விளையாட்டுக்கள் காணப்பட்டன. ஆண்களின் விளையாட்டுக்கள் புற விளையாட்டுக்களாகும். பெண்களின் விளையாட்டுக்கள் பொழுதைப் போக்கும் தன்மையில் அமைந்திருந்தன.

புற விளையாட்டுக்கள் (Out- door games)

புறவிளையாட்டு உடல் திறன், மனமகிழ்ச்சி ஆகியவற்றின் அடிப்படையில் அமைந்தவையாகும். இவ்வகை விளையாட்டுக்களில் ஆடவர்களே அதிகமாக ஈடுபட்டனர். இவர்கள் பொது இடங்களில் வைத்து விளையாடியதை மக்கள் பலர் கூடி இருந்து பார்த்து மகிழ்ந்தனர். அவைகளுள் பல வகைகள் காணப்பட்டன.

1) யானைப்போர்

யானைகளோடு போர் செய்வது மிகவும் கடினமானது ஆகும். யானைகள் மனிதனை விட பல மடங்கு சக்தி கொண்டவை ஆகும். யானைகளுடன் போர் செய்வது இமயச் சாதனையாகக் கருதப்பட்டது. யானைப்போரைக் காண்பதற்குச் 'செய் குன்றுகள்' அமைந்திருந்தன.

இன்றைய நாளில் இவ்வகையான நிகழ்ச்சிகள் நடைபெறுவதில்லை. மக்களும் இதனை விரும்பவில்லை. சில ஆண்டுகளுக்கு முன்பு யானைகளைத் திருவிழாக்கள், பொது நிகழ்ச்சி நடைபெறும் இடங்கள் போன்றவற்றிற்கு அழைத்து வருதல் கூடாது எனச் சட்டம் இயற்றி உள்ளனர்.

வேட்டையாடுதல்

வேட்டையாடுதலை ஆடவர்கள் பொழுது போக்குக்காகவும், மன மகிழ்ச்சிக்காகவும், உணவுக்காகவும் செய்து வந்தார்கள். வேட்டையாடும் பொழுது ஆண்கள் தனியாகவும் செல்வர், கூட்டம் கூட்டமாகவும் சென்றனர். வேட்டைக்குச் செல்லும் பொழுது வில், அம்பு, வலை முதலியவற்றை எடுத்துச் சென்றார்கள். நாய்களையும் வேட்டைக்குச் செல்லும் பொழுது அழைத்துச் சென்றனர். இதனை,

"ஊட்டுறு பல் மயிர் விரை இய வயமான்
வேட்டம் பொறித்து வியன்கண் கானத்து"[42]

என நெடுநல்வாடை கூறுகின்றது.

இன்றைக்கு மிருகங்களை வேட்டையாடினால் கடுமையான தண்டனை வழங்கப்படுகிறது. இது அனைவரும் அறிந்த உண்மையாகும்.

மற்போர்

ஆடவர்கள் கருவிகள் இல்லாமல் தங்கள் உடல் வலிமையைக் காட்டும் விளையாட்டு மற்போர் ஆகும். இவ்வகை விளையாட்டுக்களை பொழுது போக்கிற்காகவும் நடத்தினார்கள். இதனை எட்டுத்தொகை நூல்கள் கூறுகின்றன.

'மல்லடு மார்பின் வலியுற வருந்தி'[43]

என அகநானூறு கூறுகின்றது.

42 நெடுநல்வாடை, வரிகள். 128 - 129.
43 அகநானூறு, 386 வரி. 4.

இவ்வகை விளையாட்டுக்களை வீர விளையாட்டுக் களாகக் கருதினார்கள். நம் நாட்டில் அதிகமாக இவ்வகை விளையாட்டுக்கள் நடப்பது இல்லை. ஆனால் மேலைநாடுகளில் விதிமுறைகள் வகுத்து மல்யுத்தம் நடைபெறுகிறது. ஜப்பானில் இவ்விளையாட்டு முக்கியமானதாகக் கருதப்படுகிறது. இந்த விளையாட்டுக்கள் நம் நாட்டில் இருந்து சென்றவையே ஆகும்.

ஆண்களுடைய விளையாட்டுக்கள் பல சங்ககாலத்தில் நடைபெற்றிருந்தவாறு அறியமுடிகிறது.

பெண்கள் விளையாட்டு

சங்க காலத்தில் பெண்கள் பல விளையாட்டுகள் மூலம் பொழுதைப் போக்கி இருந்தனர். பந்து விளையாட்டு, ஊசல் விளையாட்டு, கண் புதைத்து ஒளிந்தாடுதல், கவண் எறிதல், பாவை விளையாட்டு, மலர் கொய்தல், மாலைத் தொடுத்தல் போன்ற விளையாட்டுக்கள் பெண்களின் விருப்பமான விளையாட்டுகள் ஆகும்.

பந்து விளையாட்டு

சங்ககாலக் தமிழ்ப் பெண்கள் பந்துகள் வைத்து விளையாடினார்கள். பந்தினை எறிந்தும், காலால் மிதித்தும் விளையாடினார்கள். பெண்கள் கூட்டமாகச் சேர்ந்தும் பந்து வைத்து விளையாடினர். இதனை,

"பீலிமஞ்ஞையின் இயலிக்கால
தமனியப் பொற்சிலம்பு ஒலிப்ப உயர்நிலை
வான்தோய் மாடத்து வரிப்பந்து அசைஇக்"[44]

எனப் பெரும்பாணாற்றுப்படை கூறுகின்றது.

பந்து விளையாட்டு சங்க காலப் பெண்களின் மனதைக் கவர்ந்த விளையாட்டு ஆகும். ஆனால் இன்று பந்து விளையாட்டு ஆண், பெண் ஆகிய இருபாலருக்கும் பொதுவான விளையாட்டாகக் கருதப்படுகிறது.

44 பெரும்பாணாற்றுப்படை, வரிகள். 331 - 333.

ஊசல்

ஊசல் என்பது ஊஞ்சலைக் குறிக்கும் சொல்லாகும். இவ் விளையாட்டை மகளிர் மிகவும் நேசித்தனர். பெரிய மரங்களின் கிளைகளில் கயிற்றைக் கட்டினார்கள். இரு கைகளாலும் கயிற்றைப் பிடித்துக் கொண்டு, காலால் பூமியில் உந்திக்கொண்டு வேகமாக ஆடுவர். இதனை,

'பூங்குழை ஊசல் பொறைசால் காதின்'[45]

எனப் பொருநராற்றுப்படை கூறுகின்றது.

இன்று கிராமப்புறங்களில் உள்ள சிறுவர், சிறுமியர் ஊசல் விளையாட்டை விரும்புகின்றனர். பெரியவர்களுக்கும் ஊசலின் மீது ஆர்வம் இருப்பதால் நகர்புறங்களிலும் கூட வீடுகளின் முன்னர் மரத்தால் அமைந்த பலகையைப் பெரிய சங்கிலியால் கட்டித் தொங்க விட்டுள்ளனர். இதில் முதியவர்கள் உட்கார்ந்து இளைப்பாறுவதைக் காணலாம்.

கண்புதைத்து ஒளித்தாடுதல்

இது குழு விளையாட்டு ஆகும். ஒரு பெண்ணின் கண்ணை மற்றொருவர் பின்னால் இருந்து மறைத்துக் கொள்வர். குழுவில் உள்ள மற்ற எல்லோரும் ஓடிச்சென்று மறைந்து கொள்வார்கள். பின் மறைந்தவர்களை அப்பெண் கண்டுபிடிக்க வேண்டும். இதுவே கண் புதைந்தாடுதல் ஆகும்.

இவ்விளையாட்டை இன்று 'கண்ணாமூச்சி' என்று கிராமப்புறங்களில் அழைக்கிறார்கள். சிறுவர், சிறுமியர் என இருபாலரும் இன்று இவ்விளையாட்டை விரும்புகின்றனர். இவ் விளையாட்டுக்களால் மனதில் புத்துணர்ச்சி ஏற்படுகிறது. உடல் நலத்திற்கும் வித்தாக அமைகின்றது.

கவண் எறிதல்

பெண்கள் உயரமான இடங்களில் இருந்து தேனடை மீது கவணில் மணி வைத்துக் குறிபார்த்து எறிந்து

45 பொருநராற்றுப்படை, வரி 30.

விளையாடினார்கள். சில நேரங்களில் மரங்களில் உள்ள பழங்களை உண்பதற்காகவும், தினைப்புனங்களில் உள்ள கதிர்களை உண்பதற்காகவும் வரும் கிளிகளை ஓட்டவும் கவண் எறிந்தனர். இதனை விளையாட்டாகக் கருதியே பெண்கள் செய்தனர். இதனை

"இருஞ்செருவின் இகல்மொய்ம் பினோர்
கல்லெறியும் கவண் வெரீஇ"[46]

எனப் பட்டினப்பாலை கூறுகின்றது.

கிராமப்புறங்களில் சிறுவர்கள் கவண் எறிதலை விளையாட்டாகச் செய்கின்றனர்.

கழங்காடல்

மகளிர் இருவர் பந்தயம் செய்து கொண்டு இயற்கையில் கிடைக்கும் காய்களை வைத்து விளையாடுவது 'கழங்காடல்' என்பர். கழங்காடுதலை பெண்கள் மணல் பரப்புகளிலும், மரங்களின் நிழலினும், மேல்மாடங்களிலும் வைத்து விளையாடினார்கள். இதனைப் பெண்கள் மிகவும் ஆர்வத்துடன் விளையாடினார்கள். பெண்களுக்குப் பிடித்த விளையாட்டுக்கள் பந்தாடுதலும், கழங்காடுதலும் ஆகும். கழங்கினை 'கையாடுவட்டில்' என்று சங்க இலக்கியங்கள் கூறுகின்றன.

எட்டுத்தொகையில் 'கழங்காடுதல்' பற்றிக் கூறப்பட்டுள்ளது. பத்துப் பாட்டில் கூறப்படவில்லை. இதனை,

"பல்துடுப்பு எடுத்த அல்குகுலைக் காந்தள்
அணிமலர் நறுந்தாது ஊதும் தும்பி
கையாடு வட்டின்"[47]

என அகநானூறு உரைக்கின்றது.

பாவை விளையாட்டு

மகளிர் மணலில் உருவம் புனைந்து அதனை ஆண், பெண், குழந்தை என உருவங்களைச் செய்து விளையாடி

46 பட்டினப்பாலை, வரிகள். 72-73.
47 அகநாநூறு, 108 வரிகள். 15-17

இருக்கின்றனர். புனையப்பட்ட குழந்தைக்குத் தாலாட்டு பாடியும் கதைகள் கூறியும் விளையாடிய செய்தியை சங்க இலக்கியம் தெரிவிக்கின்றது. இதனை,

'பாவை சூழ்ந்தும் பல்பொறி மருண்டும்'[48]

என பட்டினப்பாலை கூறுகின்றது.

ஓரை விளையாட்டு

மகளிர் விளையாட்டுகளில் ஓரையாடுதல் என்பது குறிப்பிடத்தக்கது ஆகும். கடற்கரைப் பகுதிகளில் உள்ள நண்டுகளைப் பிடித்து விளையாடிய விளையாட்டைக் குறிப்பது ஆகும். இதனை,

'ஓரை ஆய்த்து ஒண்டுதொடி மகளிர்'

புறம் 176

என்ற வரிகள் கூறுகின்றது. இன்னும் கிராமப்புறங்களிலும், கடற்கரைப் பகுதிகளிலும் சிறுவர்கள் இம்மாதிரியாக நண்டுகளைப் பிடித்து விளையாடுவதைக் காணமுடிகிறது.

பாவை விளையாட்டுகளைப் போன்று சில வருடங்களுக்கு முன்பு வரை மணலில் ஏதாவது உருவங்கள் செய்து சிறுவர், சிறுமியர் குழுக்களாக இருந்து விளையாடினார்கள். இதனை, கிராமப்புற மக்கள் பலரும் அறிந்திருப்பார்கள்.

மலர் கொய்தலும், மாலை தொடுத்தலும்

மரம், செடி, கொடிகள் இவற்றில் உள்ள பாக்களைப் பாடிக்கொண்டும், போட்டிபோட்டுக் கொண்டும் பறித்தனர். பறித்தவற்றை மாலையாகக் கட்டினார்கள். இது பொழுது போக்காகவும், விளையாட்டாகவும் அமைவதுடன் ஒரு தொழிலாகவும் நடைபெற்றது. இதனை,

'கொடுங்கால் மாமலர் கொய்து'[49]

எனப் பெரும்பாணாற்றுப்படை கூறுகின்றது.

பெண்களுக்குப் பூக்கள் என்றால் அதிக விருப்பம் பூவை விரும்பாத பெண்கள் இருக்கமாட்டார்கள். மேலும் பூக்களைப்

48 பட்டினப்பாலை, வரி. 102.
49 பெரும்பாணாற்றுப்படை, வரி. 216.

பறித்து தொடுப்பது சங்ககாலப் பெண்கள் மட்டுமல்லாது இன்றையப் பெண்களுக்கும் விருப்பமானதாகும்.

சிறுவர், சிறுமியர் விளையாட்டு

சங்க காலத்தில் ஆடவருக்கும், பெண்களுக்கும் ஆன விளையாட்டுக்கள் இருந்ததுபோல சிறுவர்களுக்கும், சிறுமியர்களுக்கும் விளையாட்டுக்கள் காணப்பட்டன.

சிறுவர், சிறுமியர் விளையாட்டுக்களின் நோக்கம்

சிறுவர்களும், சிறுமியர்களும் விளையாட்டு என்றால் விருப்பம் உடைவராகக் காணப்பட்டனர். சிறுவர்கள் பொழுதுபோக்கிற்காகவே விளையாடினார்கள்.

சிறுமியர்கள் ஆளுமைப் பண்பை வளர்த்துக்கொள்வதற்கும், பண்பாட்டை வளர்த்துக் கொள்வதற்கும், மன்னிப்பு கேட்கும் பழக்கத்தை ஏற்படுத்தவும் விளையாடினார்கள். சிறுமியர்களுக்கு கலை உணர்வை வளர்க்கவும் இவ் விளையாட்டு துணை புரிந்துள்ளது.

சிறுதேர் உருட்டல்

சிறுவர்களும், சிறுமியர்களும் சிறு தேர் செய்து உருட்டி அதனை இழுத்துச் சென்று விளையாடினார்கள். இவர்கள் இழுத்துச் செல்லும் தேரைச் சங்க இலக்கியம் பொற்றேர், சிறுமணித்தேர், தமனியச் சிறுதேர் எனப் பலவாறு கூறினார்கள். இதனை,

"பொற்காற் புதல்வர் புரவி இன்று உருட்டும்
முக்காற் சிறுதேர் முன்வழி விலக்கும்"[50]

எனப் பட்டினப்பாலை கூறுகின்றது.

தச்சு வேலை செய்யும் வீட்டுச் சிறுவர்கள் சிறுதேர் உருட்டி விளையாடினார்கள். மேலும் இதனை,

'ஊரா நல்தேர் உருட்டிய புதல்வர்'[51]

எனப் பெரும்பாணாற்றுப்படை கூறுகிறது.

50 பட்டினப்பாலை, வரிகள். 24-25.
51 பெரும்பாணாற்றுப்படை, வரி.249

கிராமப்புறங்களில் உள்ள சிறுவர்கள் தென்னை மரத்தின் கீற்றுக் குச்சியை எடுத்து அதனைத் தேர்போன்று செய்து சக்கரத்திற்குப் பதிலாக தென்னை மரத்தின் சிறு (உதிர் காயை) குறும்பலை சக்கரமாகப் பொருத்தி விளையாடினார்கள். சங்க கால மக்களின் வழியைப் பின்பற்றியே அமைந்த விளையாட்டுக்கள் என இதனைக் கூறலாம். ஆயினும் இன்றைக்கு இவ்விளையாட்டுக்கள் அழிந்துவரும் தருவாயில் உள்ளன.

பரதவ சிறுவர்களின் விளையாட்டுக்கள்

பரதவ சிறுவர்கள் கடற்கரைப் பகுதிகளில் விளையாடுவார்கள். அவர்கள் விளையாட்டாக இறாமீனை சுட்டுத் தின்பார்கள். இது அவர்களுக்கு மகிழ்ச்சியை அளிப்பதாக இருந்தது. இதனை,

'கடல் இறவின்சூடு தின்றும்'[52]

எனப் பட்டினப்பாலைக் கூறுகிறது.

இன்றையக் கிராமப்புறங்களிலும் ஏரி, குளம் வயற் பகுதிகளில் உள்ள நண்டு, மீன் இவைகளைப் பிடித்தும் சிறுவர்கள் சுட்டுத் தின்று விளையாடினார்கள். இது பொழுதுபோக்காகவும் அமைந்திருந்தது.

விலங்குகளை மோதவிடுதல்

அகன்ற இடத்தை உடைய மன்றங்களில் ஆட்டுக்கிடாய்களையும், கௌதாரிப் பறவைகளையும் மோதவிட்டுப் போர் புரியச் செய்யும் விளையாட்டை சிறுவர்களும், பெரியவர்களும் கண்டுகளித்தார்கள். இதனை,

"பறழ்ப்பன்றிப் பல்கோழி
உறைக்கிணற்றுப் புறச்சேரி
மேழகத்தகரொடு சிவல்விளையாட"[53]

எனப் பட்டினப்பாலை கூறுகின்றது.

52 பட்டினப்பாலை, வரி.63
53 பட்டினப்பாலை, வரிகள். 75-77

சங்க காலத் தமிழ் மக்கள் விலங்குகளுக்கும் பறவைகளுக்கும் வீரம் இருக்கின்றது என்பதைக் காட்டவே இவ்விளையாட்டை நடத்தினார்கள். இதனை வேடிக்கை பார்ப்பது பழங்கால மக்களுக்குப் பொழுதுபோக்காக அமைந்திருந்தது.

இன்றைக்கும் சிறிய நகரங்களிலும், பெரிய கிராமங்களிலும் சிறிய கத்தியை பறவையின் காலில் வைத்துக் கட்டி மோதவிட்டு சண்டையிடுவதைக் காணலாம். இது காண்பவருக்கு விளையாட்டாக அமைகிறது.

மேலை நாடுகளில் மிருகம், பறவை போன்றவைகளைப் பாதுகாக்கும் நோக்கத்துடன் இவ்வகைப் போட்டிகள் நடைபெறுவதைத் தடை செய்து உள்ளனர். ஆயினும் விதி விலக்காக இவ்வகை விளையாட்டுக்கள் நடைபெற்று கொண்டுதான் இருக்கின்றன.

சிறுபறை கொட்டி விளையாடுதல்

பறை என்பது இசைக்கருவி ஆகும். இக்கருவியை ஒலிக்கச் செய்து அதனுடைய தாளத்திற்கு ஏற்ப சிறுவர்கள் விளையாடினார்கள். இதன் மூலம் சிறுவர்கள் இசைக்கச்சேரியினை விளையாட்டுகளுக்குப் பயன்படுத்தினர் என அறியமுடிகிறது. சிறுவர்களுக்கு சிறு வயதிலேயே இசையில் ஆர்வம் அதிகமாகக் காணப்பட்டது என்பதையும் உணர முடிகிறது.

ஆண், பெண் விளையாட்டுக்கள்

சங்க காலத்தில் ஆணும், பெண்ணும் சேர்ந்து விளையாடி இருக்கின்றனர். ஆணும், பெண்ணும் சேர்ந்து விளையாடும் பொழுது மனதில் உள்ள கூச்சம், வெட்கம் அகன்று விடும். இருவரின் மன உணர்ச்சிகளை ஒருவருக்கொருவர் பகிர்ந்து கொள்ளவும் முடிகின்றது. இவர்கள் அலவன் ஆட்டம், உலாவல், நீர் விளையாட்டு முதலியவற்றில் அதிக விருப்பம் கொண்டிருந்தனர்.

அலவன் ஆட்டம்

நெய்தல் நில மக்கள் கடற்கரையில் நீர் படிந்த மணற் பகுதியில் உள்ள அலவன்களை ஆட்டி மகிழ்ந்தார்கள். இதுவும் விளையாட்டாகக் கருதப்பட்டது. இதனை,

'அலவன் ஆட்டியும் உரவத்திரை உழக்கியும்'[54]

எனப் பட்டினப்பாலை கூறுகின்றது.

அலவன் என்பது நண்டினைக் குறிப்பது ஆகும். இந்த விளையாட்டுக்கள் கிராமப்புறச் சிறுவர்கள் விரும்பி விளையாடுவதை இன்றும் காணலாம். அலவன்களைப் பிடிப்பது அனைவருக்குமே மகிழ்ச்சி தருவதாக இருந்தது.

உலாவல்

உலாவுதல் என்பது பொழுதுபோக்கிற்காக அமைந்த விளையாட்டாகும். அக்காலத்தில் வீட்டின் மாடியிலும், தெருக்களிலும், கடற்கரைப் பகுதியிலும் மகிழ்ச்சியாக உலாவி இருந்திருக்கின்றனர்.

காதலர்கள் ஆட்கள் இல்லாத பகுதியில் சிற்றடி எடுத்து வைத்து நடந்து ஒருவருக்கொருவர் மனம் விட்டு பேசி இருப்பதை சங்க இலக்கியங்கள் கூறுகின்றன. இன்றைக்கு ஆணும், பெண்ணும் உலாவுவதை அதிகமாகப் பார்க்கலாம்.

நீர் விளையாட்டு

சங்க காலத்தில் ஆண், பெண் இருவரும் நீரில் குதித்து விளையாடி மகிழ்ந்ததை அறியமுடிகிறது. நீச்சலடித்தும், நீரில் மூழ்கி விளையாடியும் குளித்தும் இருக்கின்றனர்.

கடல் அருவி, சுனை, கானல் முதலியவைகளில் அக்கால ஆடவரும், பெண்டிரும் குதித்து விளையாடியதைப் பத்துப்பாட்டு நூற்கள் கூறுகின்றன. இதனை,

"தீதுநீங்கக் கடலாடியும்
மாசுபோகப் புனல்படிந்தும்"[55]

எனப் பட்டினப்பாலைக் கூறுகின்றது.

54 பட்டினப்பாலை, வரி. 101.
55 பட்டினப்பாலை, வரிகள். 99-100

கிராமங்களில் உள்ள நீர் நிலைகளில் இவ்வகை விளையாட்டுக்களை இன்றும் காணலாம். நீரில் குதிப்பது, குளிப்பது அனைவரும் விரும்புவதாகும். நீர் விளையாட்டில் விருப்பம் கொண்ட நகர்புற வாசிகள் நீச்சல் குளம் என்று தனியாக அமைக்கப்பட்டுள்ள பகுதிகளில் நீச்சலடித்து விளையாடுகின்றனர். ' நீச்சல்' விளையாட்டாக அமைவதுடன் சிறந்த உடற் பயிற்சியாகவும் இருக்கிறது.

குழந்தைகள் விளையாட்டு

குழந்தைகள் கைகளை அசைத்து தாளம் கொட்டி அதனால் சத்தம் எழுவதைக் கேட்டு மகிழ்ந்தனர். குழந்தைகளின் இயற்கையான குணம் கைதட்டி மகிழ்வது ஆகும். இதனை,

'குறக்குறு மாக்கள் தாளம் கொட்டும்..........'[56]

என நற்றிணை கூறுகிறது.

எட்டுத்தொகை நூல்கள் குழந்தைகளின் விளையாட்டிற்கும் உதாரணமாக உள்ளதை அறிய முடிகின்றது.

கிலிகிலியாடல்

கிலிகிலியாடல் என்பது சிறுவர்களுக்குக் கிலிகிலுப்பை என்னும் கருவியைக் கொண்டு ஒலியெழுப்பி மகிழ்கின்ற விளையாட்டு ஆகும். இவ்விளையாட்டுக்கள் சங்க காலம் முதற்கொண்டு இன்றைய காலங்கள் வரை வழக்கத்தில் உள்ளன. இன்றும் கூட கிலுகிலுப்பை வைத்து விளையாடாத குழந்தைகளே இருக்கமாட்டார்கள்.

இயல்புகள்

ஆடவர், பெண்டிர், சிறுவர்கள் இவர்களின் விளையாட்டிற்கான இயல்புகளைக் காணலாம்.

ஆடவர் விளையாட்டிற்கான இயல்புகள்

இவர்களின் விளையாட்டுக்கள் வெளியரங்கு விளையாட்டாகவே அமைகிறது. ஆடவர்கள் தங்கள் விளையாட்டின் மூலம் வீரத்தை வெளிக்கொணர்ந்தனர். உடலும் உள்ளமும் வலிமையுடையதாகக் காணப்பட்டது.

56 நற்றிணை, 95, 6

ஆண்களின் உடல் வலிமையுடையதாக இருந்ததால் பெண்களுக்கு அவர்கள் மீது காதல் தோன்றியது. இன்றைக்கும் ஆடவர்கள் உடற்பயிற்சிகள் செய்து தங்கள் உடலை வலிமையுடையதாக வைத்துக் கொள்ள வேண்டும் என்பதிலும் ஆர்வமுடன் இருக்கின்றனர்.

பெண்கள் விளையாட்டிற்கான இயல்புகள்

மகளிர் மென்மையானவர்கள். இவர்களின் விளையாட்டுக்கள் அவர்களின் உடல் அமைப்புக்கு ஏற்றபடியே இருந்தது. இவர்களின் விளையாட்டுக்கள் பொழுதுபோக்கு விளையாட்டாகவே இருந்தது.

இன்றைய மகளிர் பொழுது போக்கிற்காக விளையாடவில்லை. ஆண்களைப் போன்று பெண்களும் எந்தவிதத்திலும் குறைந்தவர்கள் இல்லை என்று வீரமுடன் விளையாடுகின்றனர்.

சிறுவர், சிறுமியரின் விளையாட்டின் இயல்புகள்

சிறுவர், சிறுமியர்கள் தங்கள் சுற்றுப்புறச் சூழலுக்கு ஏற்றவாறு விளையாட்டுக்களை அமைத்துக் கொண்டனர். சிறுவர்கள் தங்களின் இல்லங்களில் உள்ள பொருட்களை வைத்தே விளையாடினார்கள்.

விளையாடுவதால் உடலும், மனித மூளையும் சுறுசுறுப்பாக இருக்கிறது. சிறுவர்கள் நோய் நொடி இன்றி வாழ இவ்விளையாட்டுக்கள் வழி வகுத்தது.

விளையாட்டில் கடைபிடிக்க வேண்டியவை

உடலில் உரம் உள்ளத்தில் தெம்பு பெறுவது விளையாட்டு ஆகும். விளையாட்டில் வென்றுவிட்டால் புகழ் வந்துவிட்டது என்று எண்ணுதல் கூடாது. ஆணவத்துடன் விளையாடினால் அது விளையாட்டு ஆகாது.

சங்ககால விளையாட்டில் வெற்றியில் வீராப்பும், தோல்வியில் சோர்வும் ஏற்படாது.

தோழமை உணர்வு ஏற்படுதல்

விளையாட்டில் கூட்டம் கூட்டமாக விளையாடும் போது தோழமை உணர்வு ஏற்பட்டது. சங்க கால

விளையாட்டுக்களினால் பல்வேறு விதமான மகிழ்ச்சிகள் எழுந்தன. நம் முன்னோர்கள் ஒற்றுமையாக வாழ இவ்விளையாட்டுக்கள் வழிவகுத்துள்ளது என உணரலாம்.

மறைந்து வரும் விளையாட்டுக்கள்

சங்க காலத்தில் உள்ள விளையாட்டுக்களும் பின்னர் அதனைத் தொடர்ந்து வந்த வேறு பிற விளையாட்டுக்களும் இன்று மெதுவாக மறைந்து வருகிறது.

ஐவகை நிலங்களில் அன்றைக்கு விரும்பி விளையாடியவற்றை இன்றைய தமிழ் மக்கள் 'நாட்டுப்புறத்தான் விளையாட்டு' என்று கூறுகின்றனர். அக்கால விளையாட்டினால் ஏற்படும் மகிழ்ச்சி இன்றைக்கு உள்ள நகர்ப்புற வாசிகளுக்குக் கிடைக்காத ஒன்றாகும்.

சங்ககால உடற் பயிற்சி நிலையங்கள்

தற்காலத்தில் உடற்பயிற்சிக் கூடங்கள் இருப்பது போன்று சங்க காலத்திலும் உடற் பயிற்சி நிலையங்கள் இருந்திருக்கின்றன. முரண்களரி எனும் சொல் பயிற்சி கூடங்கள் என்ற பொருளைத் தருகிறது. இதனை,

'முதுமரத்த முரண்களரி'[57]

எனப் பட்டினப்பாலை கூறுகிறது.

அக்காலத்தில் உடற் பயிற்சிக் கூடங்கள் இருந்துள்ளதை அறிய முடிகிறது. இக்கால உடற்பயிற்சிக் கூடங்களின் அடிப்படை சங்ககாலத்தின் தொடர்ச்சியே ஆகும்.

இக்கால விளையாட்டுக்களின் இயல்புகள்

இக்காலத்தில் விளையாட்டுக்கள் பொழுதுபோக்காக விளையாடப்படுவதில்லை. சில குறிப்பிட்ட விதிமுறைகளுக்கு உட்பட்டு அமைகின்றன. அவைகளாவன.

57 பட்டினப்பாலை, வரி. 59.

1) அமைப்பு கொண்ட விளையாட்டாக இருக்க வேண்டும்

2) போட்டியை ஏற்படுத்துவதாக அமைய வேண்டும்

3) இரண்டு அல்லது அதற்கு மேற்பட்டோர் குழுக்களாக அமைந்து பங்கேற்க வேண்டும்.

4) வெற்றியை ஏற்றுக்கொள்ளத்தக்க விதிகளை உள்ளடக்கி இருக்க வேண்டும்.

5) பாதுகாப்புக் கவசம் கொண்டதாக இருக்க வேண்டும்

இவ்வாறு பல விதிமுறைகளுக்கு உட்பட்டு இருந்தால் மட்டுமே நவீனகாலத்தில் விளையாட்டாக உலகம் ஏற்றுக்கொள்கிறது. (உதாரணமாக) கிரிக்கெட், டென்னிஸ், பேட்மின்டன், ஹாக்கி, உதைப்பந்தாட்டம் என இவைகளைக் கூறலாம்.

❖❖❖

பின்னிணைப்புகள்

பின்னிணைப்பு எண் 1
நன்னனின் மலைப்பகுதி

பின்னிணைப்பு எண் 2

சங்ககாலத்தில் உள்ள குடியிருப்புகளின் மாதிரி

பின்னிணைப்பு எண். 3
இசைக்கு மயங்கிய மதம்பிடித்த யானை

பின்னிணைப்பு எண் 4
யாழின் வரை - படம்

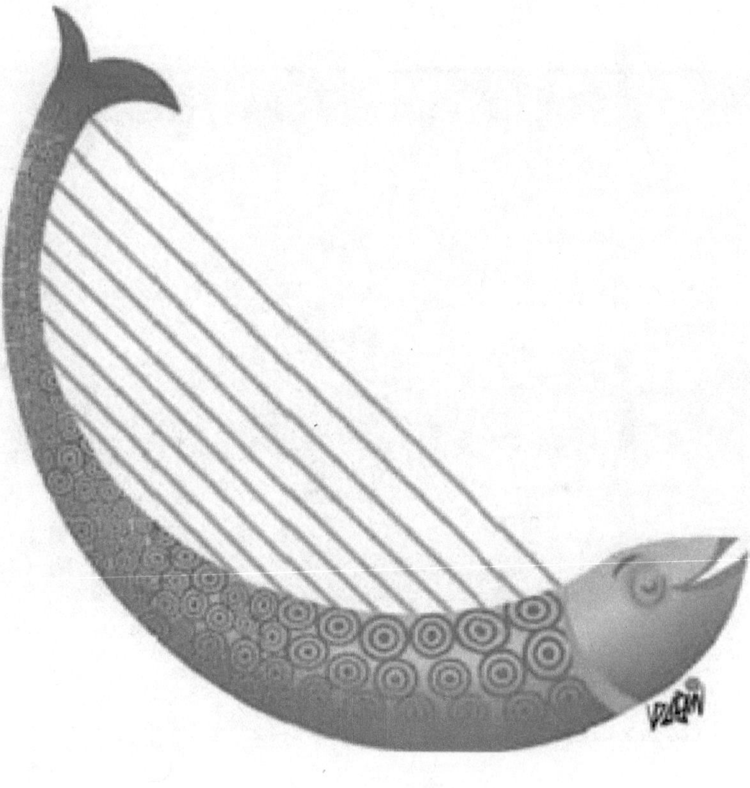

பின்னிணைப்பு எண் 5

சங்க கால கட்டிடங்கள் வானளாவிய முறையில் அமைந்துள்ளதைக் காட்டும் படம்.

பின்னிணைப்பு எண் 6

பழங்காலத்தில் வாணிப முறையை விளக்கும் மாதிரிப் புகைப்படம்

துணைநூற் பட்டியல்

1. அ. இராகவன் - நம் நாட்டுக் கப்பற்கலை, அமிழ்தம் பதிப்பகம் தியாகராயர் நகர், சென்னை-17 முதற் பதிப்பு - 1968

2. இராசமாணிக்கம், சு. - பண்டைத் தமிழர் வாழ்வியல் தமிழ்க்குடில் பதிப்பகம், 26/134, பெருமாள் தெரு, தாதகாபட்டி, சேலம் 636 006 பதிப்பு ஆண்டு, ஜூன்- 2006.

3. இராமகிருட்டினன், ஆ. - தமிழக வரலாறும் தமிழர் பண்பாடும், சர்வோதய இலக்கியப் பண்ணை, 31/1 மேலவெளி வீதி, மதுரை 625 001 முதற்பதிப்பு, செப்டம்பர்-2001.

4. இளங்கோவடிகள் - சிலப்பதிகாரம், டாக்டர் உ.வே.சாமிநாதய்யர், நூல்நிலையம், சென்னை, ஏழாம் பதிப்பு - 1969.

5. இளம்பூரணர் (உரை) - தொல்காப்பியம் பொருளதிகாரம், சைவ சித்தாந்த நூற்பதிப்புக் கழகம், சென்னை-1 இரண்டாம் பதிப்பு - 1976.

6. கைலாசபதி, க. - பண்டைத் தமிழரின் வாழ்வும் வழிபாடும், பாரி நிலையம், சென்னை-1 முதற் பதிப்பு - 1966.

7. சசிவல்லி, வி.சி. - தமிழர் திருமணம், உலகத் தமிழாராய்ச்சி நிறுவனம், தரமணி, சென்னை - 600 113 முதல் பதிப்பு - 1986

8. சண்முகம் பிள்ளை - சங்கத் தமிழர் வாழ்வியல், உலகத் தமிழாராய்ச்சி நிறுவனம், இரண்டாம் முதன்மைச் சாலை, மையத் தொழில் நுட்ப பயிலக வளாகம், தரமணி, சென்னை -113 முதற்பதிப்பு - 2004

9. சந்தோஷம், க.ப. - வடக்கும் தெற்கும், திருநெல்வேலி தென்னிந்திய சைவ சித்தாந்த நூற்பதிப்புக் கழகம், சென்னை-1 முதற் பதிப்பு - 1939.

10. சாமிநாத சர்மா, வெ. - சிலப்பதிகார மூலமும் அரும்பதவுரையும் அடியார்க்கு நல்லாருரையும், உ.வே.சா. பதிப்பு, எட்டாம் பதிப்பு - 1968.

11. சுவாமிநாதன், உ.வே. - ஐங்குறுநூறு, டாக்டர் உ.வே.சாமிநாதய்யர், நூல் நிலையம், சென்னை, ஆறாம் பதிப்பு - 1962.

12.	சுவாமிநாதன், உ.வே.	-	பரிபாடல், டாக்டர் உ.வே.சாமிநாதய்யர், நூல்நிலையம், சென்னை, ஆறாம் பதிப்பு -1962.
13.	சுவாமிநாதன், உ.வே.	-	புறநானூறு, டாக்டர் உ.வே.சாமிநாதய்யர், நூல் நிலையம், சென்னை, ஆறாம் பதிப்பு - 1966.
14.	சுவாமிநாதன், உ.வே.	-	குறுந்தொகை, டாக்டர் உ.வே.சாமிநாதய்யர், நூல்நிலையம், சென்னை, நான்காம் பதிப்பு- 1962
15.	சுப்ரமணியன், ச.வே.,	-	இலக்கியக் கனவுகள், தமிழ்ப்பதிப்பகம், சென்னை-20, இரண்டாம் பதிப்பு - 1979.
16.	செல்வம், வே.தி.,	-	தமிழக வரலாறும் பண்பாடும் மணிவாசகர் பதிப்பகம், சென்னை -108. முதல். பதிப்பு - ஏப்ரல் 1995.
17.	செல்வராசு, அ.	-	முல்லை நிலமும் எல்லைப் போரும், எழில் பதிப்பகம், திருச்சிராப்பள்ளி 621 012 முதல் பதிப்பு - 2004
	பாரதியார் கவிதைகள்	-	பூம்புகார் பிரசுரம் பிரஸ் 63, பிராட்வே சென்னை - 600 001.

18.	டவுன்ஸ், ராபர்ட், பி	-	திருக்குறள் மூலமும் பரிமேலழகர் உரையும், பி. இரத்தின நாயக்கர் அண்ட் சன்ஸ், சென்னை-1
19.	தமிழண்ணல் முனைவர்	-	உலகத் தமிழிலக்கிய வரலாறு, உலகத் தமிழாராய்ச்சி நிறுவனம், சி.ஐ.டி. வளாகம், தரமணி, சென்னை - 113, முதற் பதிப்பு - 2004.
20.	துரைசாமிப்பிள்ளை, சு.	-	நற்றிணை, அருணா பப்ளிகேஷன், உஸ்மான் ரோடு, சென்னை-17 முதற்பதிப்பு - 1968.
21.	தேவநேயப்பாவாணர் (மொழிஞாயிறு. ஞா)	-	பண்டைத்தமிழ் நாகரிகமும் பண்பாடும், தமிழ்மண் பதிப்பகம் இராயப்பேட்டை, சென்னை-14 முதற்பதிப்பு - 1966.
22.	பத்மநாபன், நீல	-	தலைமுறைகள், ஜெயகுமாரி ஸ்டோர்ஸ், நாகர்கோவில்- 629 001, இரண்டாம் பதிப்பு - 1971.
23.	மாணிக்கவாசகன், ஞா	-	பத்துப்பாட்டு மூலமும் விளக்க உரையும் உமா பதிப்பகம், சென்னை-1 முதற் பதிப்பு, டிசம்பர் -2002.

24. விசுவநாதன், காசி (பதி), - அகநானூறு,
சைவ சித்தாந்த கழகம்,
சென்னை-1

25. ஜகந்நாதன், கி.வா. - வீரர் நீலகம்,
மணிவாசகர் நூலகம்,
சிதம்பரம்,
முதற் பதிப்பு - 1966.

கட்டுரைகள்

1. சாமி, பி.எல். - செந்தமிழ்ச் செல்வி,
சிலம்பு - 45
சங்க இலக்கியத்தில் காக்கை,
பக்கம் 3
1970 - 1971.

2. சாமி, பி.எல். செந்தமிழ்ச் செல்வி சிலம்பு 46
சங்க இலக்கியத்தில் கூகையும்
குராலும், குடிஞையும், ஊமனும்,
ஆண்டலையும்,
பக்கங்கள் 402-410, 465-471
512-522, 577-581
1971-1972.

3. தமிழவன் - ஆராய்ச்சி, பண்டைத் தமிழரின்
பேய் பற்றிய கருத்து
பக்கங்கள் 438 -439

4. திருநாவுக்கரசு, க.த. - Annals of Oriental Research
Vol. XXIII திருக்குறளுக்கு
உரைகள் வேண்டுமா?
University of Madras
Page.14
1970

5. வானமாமலை, நா. - ஆராய்ச்சி மலர் -4
துணர் 13
நடுகற்களும், நம்பிக்கைகளும்,
பக்கம் 9-16
அக்டோபர் 1973.

அகராதி கலைக்களஞ்சியம்

1. பெரியசாமித்தூரன், ம.ப. - கலைக்களஞ்சியம் தொகுதி 7
(பருகூர் - பௌதிகம்)
தமிழ் வளர்ச்சிக் கழகம்,
சென்னை,
முதற் பதிப்பு - 1960

ENGLISH BOOK

1. Carl Gusfav Dichl. - Instrument and Purpose
Cwk Gleerup Lund
1956.

2. Lakshmanan Chettiar.
S.M.L., - Folklore of Tamil Nadu
National Book Trusts,
New Delhi
First Edition - 1973.

3. Subramania Pillai, G., - Tree Worship and
Ophiloatry
Annamalai University
Publication - 1948

ARTICLES

1. Veerasami, V. - Journal of the Dept of Tamil,
Vol.I, Page 20-26
'Sun in Cankam'
Department of Tamil,
Kerala University,
Trivandrum,
1970.

DICTIONARIES AND ENCYCLOPEDIAS

1. Subramanian, N. - Pre Pallavan Tamil Index,
University of Madras,
Madras
First Edition - 1975.

2. Masria Leach (Editor) - Standard Dictionary of Folklore
Mythology and Legend
New English Library
London,
First Edition - 1975

✪✪✪

www.ingramcontent.com/pod-product-compliance
Lightning Source LLC
LaVergne TN
LVHW060440051026
849518LV00002B/550

* 9 7 8 8 1 9 4 8 6 2 0 2 4 *